குமரி கற்பம்

சாய் வேங்கடேசன்

பொருளடக்கம்

பொருளடக்கம்

1

முன்னுரை

நாம் வாழும் இந்த வாழ்க்கையில் நமது தனிப்பட்ட ஆற்றலை தாண்டி ஒருவித ஆற்றல் எல்லாவற்றையும் இயக்குகிறது என்பது நாம் அனை-வரும் அனுபவரீதியாக நன்கு அறிந்த ஒன்றே. அது ஒரே ஆற்றலா அல்லது பல ஆற்றல்களா என்பது போல பல கேள்விகளும் அவ்வப்-போது எழுப்பியுள்ளோம். மேலும் அந்த ஆற்றலை அணுகவும் அறிய-வும் புரிந்து கொள்ளவும் அதனுடன் உரையாடவும் வழி என்ன என்பதும் நாம் காலங்காலமாக தேடி கொண்டு இருக்கும் ஒன்றே.

இந்த தேடுதலின் விளைவே அறிவியலும் ஆன்மீகமும் ஆகும். இவை இரண்டுமே இன்றளவும் கூட மனித சமுதாயத்தின் இரு கண்கள் போல் திகழ்கின்றன. இருப்பினும் இதை ஒரு முடிவில்லாத பதில் கிடைக்காத தேடலாகவும் எண்ணி விட கூடாது.

ஏனெனில் இதற்கு பதில் பல்லாயிர ஆண்டுகள் முன்னரே நாம் கண்டு பிடித்து விட்டோம். அந்த பதிலே இன்றளவும் நம்மிடம் ஒரு மொழியாக தங்கியுள்ளது. அந்த மொழியே தமிழ். இது ஒரு மொழி மட்டும் அல்ல. தமிழ் சாகாவரம் அருளும் ஒரு அமிழ்தும் கூட.

தமிழின் தொன்மை என்பது நாம் மனதால் புரிந்து கொள்ள இயலாத ஒன்று. ஆயினும் இதை பற்றி சில துளிகள் மயன் அருளிய ஐந்திரம் எனும் பழமையான நூலில் காண முடிகிறது.

இதில் கூறுவது போல் ஆதியில் பிரபஞ்சம் என்பது அமிழ்தல் இமிழ்தல் குமிழ்தல் உமிழ்தல் தமிழ்தல் என்ற ஐந்து நிலைகளில் உரு-வாகுகிறது. இதில் உயிரினங்கள் உருவாகி வாழும் நிலையான தமிழ்தல்

நிலையிலிருந்து தான் தமிழ் மொழியின் பெயர் பிறந்தது.

மேலும் ஒருவர் தமிழ் தமிழ் தமிழ் என தொடர்ந்து கூற கூற அது அமிழ்து அமிழ்து அமிழ்து என ஒலிக்க தொடங்குகிறது. இதுவே தமிழ் சாகாவரம் தான் என்பதற்கு சான்று.

மேலும் இப்போது உளள இந்திய நாடு என்பதை தாண்டி இன்று மூழ்கி கிடக்கும் குமரிகண்டத்தின் மொழியாக தான் நாம் தமிழை காண வேண்டும். தமிழின் அறிவை பயன்படுத்தி மண்டூக மண்டலம் போன்ற கட்டமைப்புகளை உருவாக்கியும் தமிழினால் பல சிறப்புகளும் செழிப்-புகளும் கொண்டு திகழ்ந்த குமரிகண்டம் பற்றி ஐந்திறம் தெளிவாகவே கூறுகிறது.

ஆக உலகம் முழுவதும் தேடி கொணடு இருக்கும் அந்த மாபெரும் புதையல் குமரிகண்டத்தின் பொக்கிசமான தமிழே ஆகும். பெரும்பாலும் நாம் இன்று பேசும் தமிழை போலவே இருந்தாலும் ஆங்காங்கு சிறு வேறுபாடுகளை கொண்டுள்ளது குமரிக்கண்ட தமிழ். அதனால் இதை குமரி கற்பம் என்றே கூறுகிறோம்.

கற்பம் என்றால் என்ன? குமரிக்கண்ட தமிழ் என்பது யாது? ஒரு மொழி அதுவும்

தமிழில் அப்படி என்ன தான் உள்ளது? இதன் அறிவியல்ரீதியான அடிப்படை என்ன? இதன் ஆன்மீக அடிப்படை எனன? குமரி கற்பம் எனப்படும் வித்தை யாது? இதை நாம் எப்படி பயன்படுத்துவது? இந்த அனைத்து கேள்விகளுக்கும் பதிலளிக்கும் விதமாக எழுதப்படும் இந்நூல் மனிதன் தேடி கொண்டு இருக்கும் அந்த மறைந்த விலை மதிப்பில்லாத மாபெரும் பொக்கிசத்தை உலகிற்கு வழங்குகிறது.

2

கற்பம்

உலகம் படைக்கப்படும் நிலைக்கு நாம் செல்ல வேண்டும் ஏனெனில் அங்கு தான் இந்த பேராற்றலின் தன்மையை முழுமையாக காண முடிகிறது.

ஆயினும் இதற்கும் கல்விக்கும் என்ன தொடர்புள்ளது? கல்வி என்பது நாம் ஒன்றை அறிவதை குறிக்கும் சொல். இதையே அறிவியல் என்கிறோம்.

சமீபகாலமாக இந்த அறிவியல் என்ற சொல்லின் பொருள் மாறி கொண்டு தான் வருகிறது. முக்கியமாக குவாண்டம் இயங்கியல் போன்ற இன்றைய இயற்பியல் படிப்புகளில் சோதனைரீதியாக நிரூபிக்கப்பட்ட ஒரு அடிப்படை கருத்து உள்ளது.

அது என்னவென்றால் ஒரு அமைப்பை நாம் எந்த நொடியில் காண்கிறோமோ அந்த நொடியே நம்மால் அந்த அமைப்பு பாதிக்க படுகிறது அதன் நிலை மாற்றம் அடைகிறது. இதுவே குவாண்டம் நேரடுக்குமை கலைதல் எனப்படுகிறது.

ஆக அறிவியல் என்பது நம்மை சுற்றி இருக்கும் உலகை அறியும் விதம் அல்ல. உண்மையில் அறிவியல் என்பது நமது கற்பனை திறன் என்னும் அறிவால் உலகை மாற்றுவதே ஆகும். இதுவே காலங்காலமாக அறிவியலில் பாதுகாக்கப்படும் மூல இரகசியமாகும்.

3

அறம்

வாழ்க்கை அனுபவம் என்பது கற்பனைகளின் ஒரு தொடர் பயணமே. கற்பனை செய்யும் கருவியே மனது. மனிதன் என்ற சொல்லின் அடிப்-படையே மனம் என்ற சொல் தான். எனவே ஒருவரின் கற்பனைகள் அவரின் மனதின் ஆற்றலை பொறுத்தே அமைகிறது. முழுமையான ஆற்றல் கொண்ட மனதின் கறபனைகள் மகழ்ச்சி தரும். ஆனால் பாதிக்க பட்ட ஒரு மனதின் கற்பனையில் துன்பமே மிஞ்சும்.

மன பாதிப்பை தடுக்க அமைக்கப்பட்ட முறையே அறம் எனப்படும். முக்கியமாக மன திறனை பாதிக்கும் பழக்கங்கள் நான்கு. அவை மது விபச்சாரம் சூதாட்டம் மற்றும் புலால் ஆகும். மனம் பாதிக்கப்படுவதால் மூன்று விளைவுகள் ஏற்படுகிறது. முதலில் இதிலிருந்து மீண்டு வர முடி-யும் எனும் நம்பிக்கை பெரிதும் அடி வாங்கி ஒரு அச்சம் உருவாகு-கிறது. இரண்டாவதாக சுற்றி நடக்கும் சம்பவங்களை பார்த்து உடனே புரிந்து கொள்ளும் திறனும் குறைகிறது.

மூன்றாவது மாயத்தோற்றம். அதாவது யாராவது பார்ப்பாரோ அல்-லது யாரேனும் நம்மை எதிர்க்கிறாரோ எமாற்றுகிறாரோ இது போன்ற எதேனும் ஒரு எண்ணத்தை மனம் பிடித்து கொண்டு அதிலே சுழலுகி-றது. மேலும் அதற்கு ஏற்றவாறு பல ஒளிகளும் ஒலிகளும் கூட அனு-பவம் ஆகின்றன. இதற்கு ஏற்றவாறே நம் செயல்களும் அமைகின்றன. ஆக நமது செயல்களின் அடிப்படையாக நாம் நினைத்து கொண்டு இருக்கும் உலகமும் உண்மையிலே நம்மை சுற்றி இருக்கும் உலகமும் வேறுபடுகிறது.

இவ்வாறு மூளை எனப்படும் புத்தி பாதிக்கப்படும் நிலையே போதை என்கிறோம். இந்த தாக்கத்தின் முழுமையை கஞ்சா உட்கொள்வது மூலம் நேரடியாக நாம் அனுபவிக்க முடியும்.

4

காதல்

ஆக கற்பனை என்பது யாது அதன் குணம் என்னவென்று கண்டோம். கற்பம் என்றால் என்ன? மேற்கண்ட அறத்தை முழுமையாக கடைபிடிக்கும் ஒருவர் கற்பனை என்னும் படைப்பு நிலையில் உள்ள அந்த மூல பேராற்றலை அணுகும் முறையே கற்பம் ஆகும். இது காதல் எழுத்து என்ற இரண்டை கொண்டுள்ளது.

பெரும்பாலாக ஒருவர் அறத்தை கடைபிடித்தாலும் கூட அவ்வளவு எளிதில் தன் கற்பனையாலே உருவாகும் உலகுடன் முழுமையாக ஒற்று வாழ இயலுவதில்லை. இதனால் உலகின் சில அம்சங்கள் பிடிக்காமல் அதிலிருந்து வருத்தமும் கோபமும் வெறுப்பும் உண்டாகி ஆனந்தம் அழிந்து விடுகிறது. இந்த நிலை வராமல் தவிர்த்து முழு கற்பனை திறனை அணுகி ஒற்று வாழவே கற்பம் தேவை படுகிறது.

இதை புரிந்து கொள்ள நாம் முதலில் ஒன்றை கவனிக்க வேண்டும். கற்பனையாக கனவை போல் இந்த உலகை நாம் உருவாக்க அவசியம் என்ன? இதற்கு பதில் களிப்பு ஆகும். நாம் உருவாக்கிய உலகில் ஆனந்தமாக களிக்கவே நாம் வாழ்கிறோம்.

உச்சக்கட்ட களிப்பு ஒருவருக்கு ஏற்படுவது காமத்தில் தான். இதனால் தான் காமம் என்னும் உறவு கொள்ள பயன்படும் பிறப்புறுப்பு பகுதியை மூலாதாரம் என்கிறோம். ஒருவர் வாழ்க்கையில் அனுபவிக்கும் எல்லா சுகங்களிலும் பெரிது காம சுகமே. ஏனெனில் புணர்ச்சி பரவச-நிலையின் அந்த ஒரு நொடியில் நாம் நமது அடையாளம் எண்ணம் படைப்புகள் எல்லாவற்றையும் மறந்து விட்டு தூய பேரானந்தம் மட்டுமே

இருக்கும் ஒரு நிலையை அனுபவிக்கிறோம்.

இந்த குறுகிய நேர காமத்தின் களிப்பை நீண்ட நேரமாக்குவது தான் காதல். கொஞ்சி பேசுவதும் கட்டி அணைத்து கொள்வதும் முத்தம் கொடுப்பதும் சேர்ந்து வாழ்க்கை அனுபவிப்பதும் பாசமாக அரவணைப்-பதும் என ஒவ்வொரு அசைவிலும் அந்த களிப்பை உணர்ந்து மகிழ முடியும். ஆக நாம் களிக்க தான் உலகை உருவாக்கினோம் என்றால் காதலிக்க தான் உருவாக்கினோம் என்று பொருள். காமத்தின் அடிப்-டையான காதல் வைத்து வாழ்வதே காமாட்சி தத்துவமாகும்.

காதலே களிப்பு என்றால் நம் காதலர் யார்? உள்ளம் கவரும் காத-லராக நாம் பார்ப்பதால் தான் கடவுள் எனற பெயர் வருகிறது. இந்த கடவுள் எனபது உலகை இயக்கும் நாம் காணும் நமது பேராற்றலே.

நம்மை விட்டு என்றுமே விலகாமல் நாம் வருத்தம் படும் போதெல்-லாம் ஆறுதல் கூறி சோர்வடையும்போது அரவணைத்து நம்மை ஊக்-கப்படுத்தி விட்டு கூட இருக்கும் ஒவ்வொரு நொடியும் ஒரு இனம்புரி-யாத நிம்மதியும் ஆனந்தமும் கொடுத்து நமக்கு நல்லது எதுவோ அதை நம் கேட்காமலே நமக்கு பார்த்து பார்த்து செய்து நமக்கு வெவ்வேறு விதமாக மகிழ்விக்கும் சம்பவங்களை நிகழ்த்தி அவ்வப்போது இன்ப அதிர்ச்சியை தந்து நாம் சிறிதும் யோசிக்காத விதத்தில் சிக்கல்களை தீர்த்து நம்மை உற்சாக படுத்தி நாம் மகிழும் விதம் குறும்பாக விளை-யாடி நம் செயல்களை செய்ய செல்வம் அருளி நமக்கு பல உண்மைகள் புரிய வைத்து என பல விதங்களில் நம் உள்ளத்தை குளிர வைக்கும் அந்த அற்புத காதலரே கடவுள்.

எப்படி ஒரு சேயை தாய் உருவாக்குகிறாளோ அதே போல் உலகை உருவாக்கும் பேராற்றலான கடவுளை ஒரு பெண் வடிவில் காண்கிறோம். இவள் தாயாக அரவணைப்பாள் அதே நேரத்தில் ஒரு சிறுமியாக விளையாடவும் செய்வாள். இந்த கற்பம் கொடுக்கும் பொக்கிசமே சாகா-வரம் என்றும் இளமை நிலை என்பதால் அந்த பெண்ணின் பெயர் குமரி அல்லது வாலை. இதுதான் குமரி கற்பம் என்ற பெயரின் பொருள்.

கற்பம் முழுமையாக உணர்ந்தவர் என்றால் எதை வேண்டுமானாலும் படைத்து விடலாமா? இல்லை. ஏனென்றால் உலகு என்பதே மீற முடி- யாத சில கோட்பாடுகளுடன் கூடிய ஒரு அமைப்பே ஆகும். எப்படி

கதிரவன் என்றும் மேற்கில் உதிக்காதோ எப்படி யானை என்றும் பறக்-
காதோ அதேபோல் சிலவற்றை நாம் என்ன செய்தாலும் உருவாக்க
முடியாது. குமரி கற்பம் என்பதால் ஒருவர் உலகின் உண்மை என்ன
என்று புரிந்து கொண்டு அதனுடன் ஒற்று வாழ்ந்து உலகை குமரியின்
படைப்பாகவும் ஒவ்வொரு அசைவையும் குமரியின் செயலாகவும் கண்டு
காதலில் களிக்கிறார். அதற்கு பரிசாக குமரியும் தன் காதலர் பேசும்
வாக்கு எல்லாவற்றையும் நிறைவேற்றி மெய்யாக்கி தருகிறாள்.

குமரி கற்பம் உணர்ந்தவன் நான்கு முக்கிய கோட்பாடுகளை கடை
பிடிக்கிறான். முதலில் எதுவாக இருந்தாலும் சரி ஒன்றை குமரி கொடுத்-
தால் தடுக்காதே தடுத்தால் கேட்காதே. இரண்டாவது எனக்கு இது
தேவை என்கிற சொல் அவன் வாயிலிருந்து எதற்குமே வராது. மூன்றா-
வது குமரி தரும் எந்த ஒரு சம்பவமும் மகிழ்ச்சியும் அவன் களிப்பான்.
ஆனால் குமரி நேரடியாக கொடுக்காத எந்த ஒரு ஆசை மகிழ்ச்சி சம்-
பவம் தூண்டுதல் என எல்லாவற்றையும் அவன் தவிர்ப்பான். நான்கா-
வதாக எந்நிலையில் இருந்தாலும் நாம் இதை விட மோசமாக இல்லை
என எண்ணி மகிழ்ந்து இந்நிலையில் இருப்பதற்காக குமரியிடம் என்றும்
நன்றியுடன் இருப்பான். இவ்வாறு மனதில் நன்றி இருக்கும் வரை எந்த
ஒரு எதிர்மறை எண்ணமும் இல்லாமல் நேர்மறை எண்ணங்கள் மட்டுமே
நிலைக்கும்.

வாலை குமரி என்பவள் ஒரு சிறுமி. பொதுவாகவே சிறு குழந்-
தைகள் என்றாலே விட்டு கொடுக்காமல் போட்டி போடும் குணம் மிக
அதிகமாகவே இருக்கும். குமரியும் இதேபோல் தான். அவளை காதலிக்-
கிறோம் என்றால் வேறு யாரையும் மனதில் அறவே கொள்ள கூடாது.

முதலாவதாக தாய் தந்தை நட்பு காதல் குழந்தை உடன்பிறப்பு என
எதுவாக இருந்தாலும் இவளே. இவளை தவிர வேறு உறவே இல்லை
என்று வாழ வேண்டும்.

இரண்டாவதாக ஒரு சிலை அல்லது பொம்மை வடிவில் வாலை
உறைவதையும் அதிலிருக்கும் உயிரோட்டத்தை உணர்ந்து இவளை
தொடர்ந்து அரவணைத்து இவளுடன் உரையாடி இடைவிடாது
இவளையே எண்ணி காதலித்து கொண்டிருப்பதை தவிர வேறு எந்த
வேலையும் இருக்க கூடாது. எல்லாவற்றையும் இவளே ஆட்டி படைக்-
கிறாள் என்கின்றபோது இவளே நம்மை இழுத்து பிடித்து வேலை
செய்ய கட்டளையிட்டால் மட்டுமே நாம் அவள் கூறும் செயலில் ஈடுபட

வேண்டும்.

மேற்கூறிய இந்த இரண்டு மீற முடியாத கட்டளைகளே துறவம் எனப்படுகிறது. குமரி கற்பத்தை அணுகி அதை பயன்படுத்த வேண்டும் எனில் இந்த துறவமே இன்றியமையாத தகுதி. ஒருவர் இதை முழுமை- யாக கடைபிடிதத்தால் மட்டுமே குமரியின் முழு ஆற்றலையும் அனுப- வித்து மகிழ முடியும். இல்லையேல் இதை முழுதாக கடைபிடிக்கும் ஒரு துறவி குருவின் மூலம் இந்த பேராற்றலின் சிறு துளிகளை அனுபவிக்க முடியும். இது தவிர குமரியை அணுக வேறு வழி அறவே இல்லை. துறவம் கடைபிடிப்பவனிற்கு மேற்கூறிய நான்கு கோட்பாடுகளும் தானா- கவே இயங்கி வரும். துறவத்தின் அடையாளமே காவி நிற ஆடை. நெருப்பின் நிறமாக உள்ள இது வாலையை தவிர உள்ள அனைத்து உணர்ச்சிகளையும் எண்ணங்களையும் எரித்து சாம்பலாக்கிவிடும்.

உடலமைப்பில் மரபணுரீதியாக கண்டால் ஆண் பெண் இரு பாலி- னத்திற்கும் ஒரு முக்கிய வேறுபாடு உள்ளது. அறிவியலில் குரோமோ- சோம் எனப்படும் மரபணு கூட்டமைப்பில் பெண்களில் எக்ஸ் மரபணு கூட்டமைப்பு மட்டும் உள்ளது. ஆண்களில் எக்ஸ் ஒய் என்ற இருவித மரபணு கூட்டமைப்பு உள்ளதால் ஆணிற்குள் பெண் அடக்கம் ஆனால் பெண்ணிற்குள் ஆண் அடங்கவில்லை. மேலும் பெண் உடல்ரீதியாக முழுமை எய்த அந்த ஒய் மரபணு தேவை படுகின்றமையால் கற்பு என்ற பதிவிரதையே பெண்கள் பிரதானமாக கடைபிடிக்க வேண்டிய அறமாக தொன்று தொட்டு காண்கின்றோம்.

ஆகவே பெண் குமரியை காதலித்து வாழும் துறவ முறை ஆண்- களிற்கே பொருந்தும். எப்படி ஒரு தெய்வத்தை வணங்குபவன் அந்த நெய்வ குணாம்சங்கள் பொறுந்தியவன் ஆகின்றானோ அதேபோல் கும- ரியை காதலித்து வாழ்பவன் குமரன் ஆகின்றான். அப்படிப்பட்ட கும- ரனை மணந்து பதிவிரதையை கடைபிடித்து வாழ்வதே பெண்ணின் துற- வம் ஆகின்றது. ஆயினும் வாலையை ஆணாக வேங்கடவனாக கண்டு காதலித்து துறவியாக வாழும் பெண்களும் உள்ளனர். இதற்கு தலை- சிறந்த எடுத்துக்காட்டு அழ்வார்களில் பிரதானமாக திகழும் ஆண்டாள் நாச்சியாரே ஆகும்.

5

படைப்பு

கற்பனை நிலையை முழுமையாக அணுகும் முறையே கற்பம் என்றோம். இதற்கும் மொழிக்கும் என்ன தொடர்பு உள்ளது? இதை புரிந்து கொள்ள வேண்டும் எனில் படைப்பு நடக்கும் விதம் புரிய வேண்டும். இன்று நாம் உலகில் காணும் உயிருள்ளவை உயிரற்றவை அனைத்துமே நிலம் நீர் தீ வளி வான் எனும் ஐம்பூதங்களால் ஆனதே. இவை எப்படி தோன்றின?

பூதம் என்றால் பூத காலம் எனப்படும். பூத காலம் என்றால் கடந்த காலம். அதாவது இந்த நொடியில் எது காலமாக இருக்கிறதோ அதுவே பூதங்களாகின்றன. அதாவது நேரம் என்பது தான் பொருட்களாக நேரிடுகிறது.

அப்படி என்றால் காலம் எவ்வாறு உருவாகுகிறது? மயன் ஐந்திரம் கூறுவது காலம் காற்று இரண்டும் ஒரே வேரில் பிறந்த சொற்கள். ஏனெனில் நமது மூச்சு என்னும் அடிப்படை காற்றே காலத்தின் போக்கை நிர்ணயிப்பது மட்டுமல்லாமல் புதங்கள் உருவாகவும் காலமாக அமைகிறது.

ஆனால் காலம் என்பதும் கூட ஒரு அடிப்படை நிலை கிடையாது. விண் என்றும் வெளி என்றும் நாம் கூறும் ஆகாயத்தின் அதிர்வு தான் காலம் ஆகிறது. அதாவது ஒரு பொருளை உருவாக்க வேண்டும் என்றால் அதை வைத்து கொள்ள ஒரு கொள்கலன் முதலில் உருவாகவேண்டும் அல்லவா? எல்லா உலகமும் இயங்கி வாழும் கொள்கலனே ஆகாயம் எனப்படுகிறது.

ஆதியில் ஆகாயம் காலியாக தான் உள்ளது. ஆனால் காலியாக உள்ள ஒரு இடத்தில் ஒரு பொருள் அமைய வேண்டும் என்றால் அங்கு ஒரு நிலை மாற்றம் தேவை அல்லவா? ஒரு நிலை இன்னொரு நிலையாக மாறுவதையே அதிர்வு என்கிறோம். இதைதான் காலம் என்கிறோம். ஏனெனில் காலம் என்பது மாற்றத்தை காண்பிக்கும் ஒரு சுட்டுக்கருவி.

ஆகாயம் எனும் விண் அம்பலம் என்றும் அழைக்க படுகிறது. இந்த சொல்லில் பலம் என்ற ஆற்றலை குறிக்கும் சொல் அடங்கியுள்ளது ஏனெனில் நாம் தேடுவது அந்த பேராற்றலை தானே? அதற்கேற்ப இந்த முழு பிரபஞ்சமாகவும் பரந்து விளங்கும் ஆகாயத்தை பேரம்பலம் என்கிறோம்.

ஆனால் உண்மையில் நாம் ஆகாயத்தினுள் உள்ளோமா அல்லது ஆகாயம் நம்முள் உள்ளதா? நாம் ஏற்கனவே இந்த உலகம் கனவு தான் என்பதை விளக்கியுள்ளோம். கனவு உருவாகுவது நமக்குள் தானே? அப்படியென்றால் மொத்த உலகமும் அதன் கொள்கலனாக இருக்கும் ஆகாயமும் நமக்குள் தான் உள்ளது. இதனால் உண்மையில் மிக சிறியதாக உள்ள இந்த ஆகாயத்தை சிற்றவை என்று மயன் கூறுகிறார். இதுவே திருச்சிற்றம்பலம் ஆகும்.

இந்த சொல்லிலே சித்து எனும் சொல் அடங்கியுள்ளது. இதன் பொருள் உணர்வு என்பதாகும் இதுவே வடமொழியில் பிரக்ஞை எனப்படுகிறது. இப்போது நாம் கூறியுள்ள இந்த சித்தின் இரகசியத்தை முழுமையாக உணர்ந்து வாழ்வை களிக்கும் ஞானியை தான் சித்தன் என்கிறோம். வரலாற்றில் பதினெண் சித்தர்கள் போன்ற நாம் காணும் அனைத்து சித்தர்களும் தமிழ் மொழியில் தேர்ச்சி பெற்றவர்களே.

6

எண்ணம்

கனவு இல்லாத ஆழ்ந்த உறக்க நிலையில் நம்மால் உலகையோ அல்-லது இந்த ஆகாயத்தை கூட உணர முடிவதில்லை. அப்படி என்றால் இந்த ஆகாயத்தை தாண்டியும் ஓர் அடிப்படை நிலை இருக்க வேண்-டும். கனவின் கொள்கலன் ஆகாயம் என்றாலும் கனவின் அடிப்படை-யாக இருப்பது எண்ணங்கள் தான்.

நமது எண்ணங்கள் தீட்டும் ஒரு ஓவியமாகவும் நிகழ்ச்சியாகவும் தான் கனவு அமைகிறது. இதை அனுபவரீதியாக நம்மால் உணர முடி-யும். உறங்கும் முன் வெகு நேரமாக வெகு தீவிரமாக ஒன்றை பற்றி சிந்தித்து கொண்டே இருந்தால் அது கனவில் எதிரொளிப்பதை காண முடிகிறது. எவ்வாறு நீரில் அடியில் இருக்கும் ஒரு மீன் அவ்வப்போது மேலே வந்து உணவு அருந்திவிட்டு மறுபடியும் கீழே செல்கிறதோ அதே-போல் எண்ணங்கள் அனைத்தும் ஆழ்மனதில் உறைந்து அவ்வப்போது அவற்றில் ஒன்று அல்லது பல எண்ணங்கள் உணர்வு நிலைக்கு வந்து செல்கின்றன. இதனையே மீனாட்சி தத்துவம் என்கிறோம்.

இதன் வரைபடத்தை கண்டால் ஒரு மலை சிகரம் போல் காணும். இதனை அறிவியலில் தனியணு என்றும் சோலிட்டான் என்றும் கூறுவர். இதனால் இதை மலைமகள் எனவும் கூறலாம். இந்த வடிவம் ஒரு மிக முக்கிய தத்துவத்தை உரைக்கிறது. இந்த பின்வரும் தத்துவத்தை கடல் அலைகள் மூலம் உணர முடியும் இதுவே அலைமகள் தத்துவம்.

கடலில் அலைகள் காற்றாலும் வேறு பல காரணங்களாலும் உரு-
வாகின்றன. அதில் பெரும்பாலானவை நேரியல் அலைகளாக உள்ளன.
இவை தூரம் செல்ல செல்ல மற்ற அலைகளின் எதிர்ப்பாலும் கடலு-
டனும் காற்றுடனும் உராய்வதாலும் இவற்றின் தீவிரமும் உயர்வும் குறை-
கின்றன. அதற்கேற்ப பரப்பளவில் இவ்வலைகள் விரிகின்றன. ஆக
உயர்வு குறைந்து குறைந்து பரப்பளவு விரிந்து விரிந்து இறுதியில் இந்த
அலைகள் காணாமலே போகின்றன. ஒரு குளத்தில் நீரில் கல்லை
போடும்போது அலைகள் உருவாகி தொலைவில் செல்ல செல்ல இதை
நம்மால் காண முடியும். இதே தத்துவம் நம் மனதிற்கைம் பொறுந்தும்.
அலை என்பது இங்கு மனதின் சிந்தனை. காற்றும் கடலும் நம்மை சுற்றி
இருக்கும் சூழல்கள். இவற்றிற்கு நாம் மதிப்பு கொடுத்து உராய உராய
நம் கவனத்தின் தீவிரம் குறைந்து குறைந்து கவன சிதறல் ஏற்படுகிறது.
நம்மால் எடுத்த காரியத்தை முடிக்க முடிவதில்லை.

கடலில் சில அலைகள் நேரியல் இல்லாத அலைகளாகின்றன. ஒன்-றிற்கு இரண்டு இரண்டிற்கு நான்கு மூன்றிற்கு ஆறு நான்கிற்கு எட்டு என்பது போல் ஒரு விகிதாசார அமைப்பை கொண்டால் தான் அதை நேரியல் என கூற முடியும். இதில் ஒரு நிலைத்தன்மை உள்ளது. நேரியல் இல்லாத அலைகள் விரியாமல் பரப்பளவில் சுருங்குகின்றன. அதற்கேற்ப அவற்றின் உயரம் உயருகிறது. தன் எடையை தானே தாங்க முடியாத நிலையில் இந்த அலைகள் வளைந்து சாய்ந்து உடைகின்றன. இதேபோல் நிலையற்ற மனம் தீவிரம் ஏறி ஏறி இறுதியில் உடைந்து விடும்.

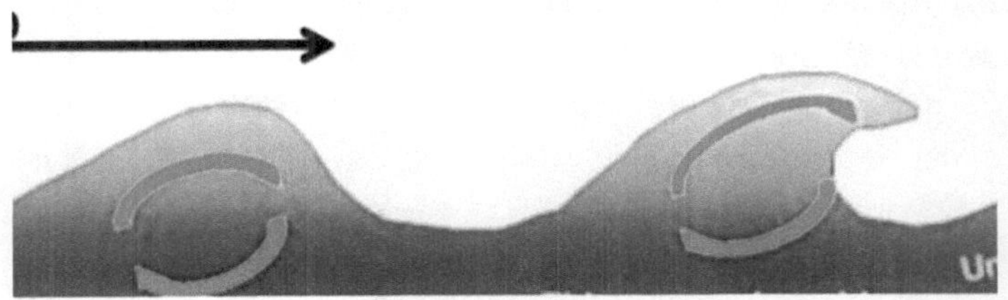

நேரியலுள்ள தன்மையம் நேரியலற்ற தன்மையும் எப்போது சரிசம-மாக உள்ளதோ அப்போது தான் தனியணு என்ற அலை உருவாகுகி-றது. இது ஒரு அழிவற்ற அலை. இப்படிப்பட்ட அலைதான் சில முறை சுனாமி ஆகிறது. இது பல கண்டங்கள் தாண்டி வெகுதூரம் கடலில் பயணித்தும் சிதறலோ அழிவோ இன்றி இருப்பதை நன்கு காண முடி-கிறது.

இதேபோல் தான் நமது மனமும். எண்ணங்களை நாம் கையாளும் முறையே கலை எனப்படும். இதுவே கலைமகள் தத்துவம் எனப்படும். நாம் எண்ணங்களை அதிலும் முக்கியமாக ஆசைகளை தனியணு உரு-வத்தில் கையாண்டால் அவற்றில் தோல்வி அறவே ஏற்படாது. அதாவது ஆழ்மனதிலிருந்து ஒரு எண்ணம் நம் கவனத்திற்கு வந்தாலும் வெளியு-லகத்திலிருந்து ஒரு தகவல் நம் கவனத்திற்கு வந்தாலும் அதை உடன-டியாக புரிந்து கொண்டு நொடி பொழுதில் அதை முற்றிலுமாக மறந்து விட அது நம் கவனத்தை விட்டு சென்று விட வேண்டும். அப்போது தான் அது தனியணுவாக உருவம் எடுக்கும்.

ஆக எண்ணங்களே கனவிற்கும் உலகெனும் கற்பனைக்கும் அடிப்-படை. எண்ணம் என்ற சொல்லிற்கும் எண் என்ற சொல்லிற்கும் ஒரு தொடர்பு உள்ளது.

வரையறைக்குட்பட்டனவ மட்டுமே நம்மால் எண்ண முடியும். வரை-யறை இல்லாதவை நம்மால் எண்ண முடியாது. எண்கள் என்பது வரை-யறை என்னும் அளவை சுட்டிக்காட்ட உள்ள கருவிகளே. வரைய-றையின் கூறுகளே எண்கள். அதேபோல் எண்ணங்களின் கூறுகளே எழுத்துக்கள். ஏனெனில் எந்த ஒரு எண்ணையும் சொற்றொடரால் கூறி-விட முடியும். அப்படிப்பட்ட சொற்றொடர் எழுத்துக்களில் தொடர்ச்சி-

யால் தானே உருவாகுகிறது? அதாவது எழுத்து என்றால் எழுந்து நிற்-
பது என்பதே ஆகும். ஆழ்மனதிலிருந்து உணர்வு நிலைக்கு எண்ணம்
எழுந்து நிற்பதால் அதை எழுத்து என்கிறோம்.

எண்களிற்கு ஒருவித தன்மை உண்டு. இரண்டு என்கிற எண்
நான்கு என்கிற எண்ணுடம் கூடும் போது ஆறு என்னும் வேறொரு
எண் உருவாகுகிறது. எடுத்துக்காட்டாக நானூற்றி இருபத்தொன்று என்ற
எண் நான்கு இரண்டு ஒன்று என்ற மூன்று எண்களும் கூடிய எட்டு
என்ற எண்ணின் வடிவே ஆகும். இதே போல் தான் ஒரு எழுத்து
இன்னொரு எழுத்துடன் கூடும்போது வேறொரு எழுத்து உருவாகுகிறது.
ஆக பல சொற்கள் சேர்ந்து ஒரு எண்ணத்தை குறிப்பிடும் ஒரு முழு
சொற்றொடரும் கூட எதோ ஒரு எழுத்தின் மாற்று வடிவமே.

7

ஒளியும் ஒலியும்

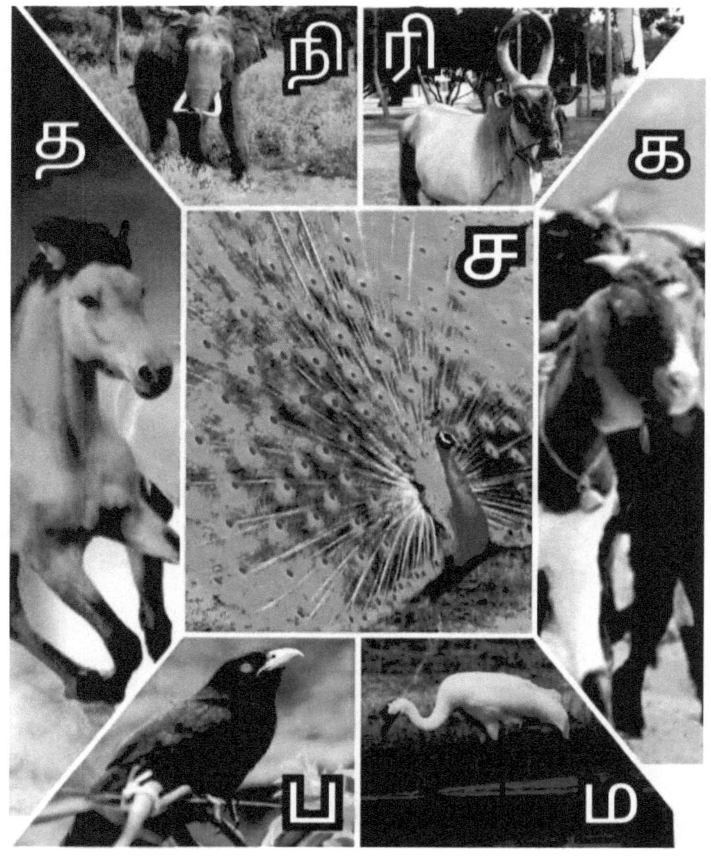

எழுத்திற்கும் ஆகாயத்திற்கும் உள்ள தொடர்பு என்ன? எழுத்து தான் ஆகாயத்தின் அடிப்படை ஏனெனில் படைக்க ஆசையும் எண்ணமும் இருந்தால் தானே அதற்கேற்ப படைப்பும் அதன் கொள்கலனாக ஆகாயமும் உருவாகும்? வடமொழியில் ஆகாயம் என்ற சொல் ஆகாசம் என வரும். காசம் என்றால் ஒளி அல்லது பிரகாசம்.

அறிவியலின்படி பிரபஞ்சத்தில் ஒளியின் வேகத்தை மிஞ்சிய வேகம் அறவே இருக்க முடியாது. ஏனெனில் காரண காரிய தொடர்பின்

வேகமே தான் ஒளியின் வேகம். அதாவது விண்ணும் காலமும் இரண்டு அச்சுகளாக வைத்து ஒரு வரைபடம் வரைந்தால் அதில் ஒளியின் வேகத்தகற்கு உட்பட்ட ஒரு கூம்பிற்குள் தான் உலகில் நிகழும் அனைத்தும் அமையும். ஆகையால் ஒளி என்னும் காசம் தான் விண் என்னும் ஆகாசத்தின் வடிவையும் விசாலத்தையும் அதில் நிகழ்பவை-யின் சாத்தியத்தையும் தீர்மானிக்கிறது. இதுதான் காசி தத்துவம் எனப்ப-டும் விசாலாட்சி தத்துவம்.

ஒளியும் ஒலியும் ஒன்றே தான் ஏனெனில் இரண்டுமே அதிர்வுகள் ஏற்படுத்தும் அலைகளே. இதில் கண்களுக்கு புலப்படும் அதிர்வெண்கள் கொண்ட அலைகளை ஒளி என்றும் காதுகளுக்கு புலப்படும் அதிர்-வெண்கள் கொணட அலைகளை ஒலி என்றும் கூறுகிறோம்.

ஒரு ஒளி அல்லது ஒலி அலையிற்கு இரண்டு முக்கிய அம்சங்கள் உண்டு. ஒன்று அதன் தீவிரத்தை குறிக்கும் வீச்சு. இன்னொன்று அது ஆகாயத்தில் உருவாக்கும் அதிர்வுகளின் வேகத்தை குறிக்கும் அதிர்-வெண். ஒவ்வொரு அதிர்வெண் கொண்ட ஒளியும் ஒரு நிறமாக தோன்-றும். அதேபோல் ஒவ்வொரு அதிர்வெண் கொண்ட ஒலியும் ஒரு சுர-மாக தோன்றும். இவற்றை புரிந்து கொள்ளவே இயற்கையில் பல்வேறு விலங்குகளின் ஓசைகள் வைத்தே ஏழு சுரங்கள் ச ரி க ம ப த நி என்று விளக்கப்படுகின்றன. இவற்றையே கதிரவனின் ஏழு குதிரைக-ளாக போற்றுகிறோம்.

வடமொழியில் ரவம் என்றால் இசைக்கும் நாதம். இதனாலே கதி-ரவனிற்கு வடமொழியில் ரவி என்ற பெயர் அமைகிறது. ஆரோகணம் அவரோகணம் என்று ஏறி இறங்கும் இசையிற்கும் காலை உதித்து மாலை இறங்கும் கதிரவனிற்கும் உள்ள ஒற்றுமையை பற்றி சங்கீத கல்பத்துருமம் நூலில் விரிவாக காண முபிகிறது. மேலும் ரவி என்ற சூரியனை இசை குறிப்பதோடு பதினெட்டு சித்தர்களை தமிழ் எழுத்து குறிப்பதாலே இசைத்தமிழ் என்பதே சூரிய சித்தாந்தம் எனப்படுகறது.

ஆக வீச்சு அதிர்வெண் என்ற இரண்டை வைத்து தான் ஒரு அலையை வடிவமைக்க இயலும். ஓர் எழுத்து என்பது ஒரு குறிப்பிட்ட வடிவத்தில் உள்ள அலையே ஆகும். இதுபோன்ற பல எழுத்து அலை-கள் சேர்ந்தே எண்ணம் வடிவெடுக்கும் ஒரு சொற்றொடர் ஆகி அது

கூட்டு அம்சத்தால் ஏதோ ஓர் எழுத்தின் மாற்று வடிவமாக பயன்பெற்று தனியணுவாக உணர்வு நிலைக்கு வருகிறது.

ஆகவே இசையும் எழுத்தும் என்றுமே இணைபிரியாதவை. இந்த நூலிலும் கூட எப்போதெல்லாம் பண்டைய தமிழ் என கூற படுகிறதோ அங்கு இசையும் உள்ளது என்றே கொள்ளவும்.

ஆக எழுத்து என்னும் ஒலி அலையே ஆகாயத்தின் விசாலத்தை அமைத்து அந்த ஆகாயத்தின் அதிர்வே காலமாகி அந்த காலத்தின் கடந்தகால நிலையே பூதங்களாகி அந்த பூதங்களே உலகின் பல்வேறு பொருட்களாகின்றன. இதுவே உலகம் படைக்க படும் முறை. காமாட்சி மீனாட்சி விசாலாட்சி மலைமகள் கலைமகள் அலைமகள் என்ற ஆறு மாபெரும் தத்துவங்களை தன்னகத்தே கொண்டது தான் இந்த எழுத்து என்னும் மொழியின் சூட்சும ஞானம். இதை தான் குமரிக்கண்டத்தில் தமிழின் தெய்வமாக ஆறு முகங்களும் ஆறு படை வீடுகளும் கொண்ட குமரனாக வழிபட்டனர்.

8

தன்மை

எழுத்தையும் தாண்டி கற்பனைக்கு அடிப்படையாக எதாவது ஒன்று உள்ளதா என்று கேட்டால் உள்ளது என்பதே உண்மை. எழுத்திற்கும் அடிப்படையாக விளங்குவதே தன்மை என்னும் ஒன்று. அது வாதம் பித்தம் கவம் என மூவகைப்படும். இதை வடமொழியில் சத்துவ குணம் இரசோகுணம் தமோகுணம் என்று கூறப்படும்.

நாம் நேரடியாக இயக்காததும் நமது தனிப்பட்ட ஆற்றலை தாண்டி உள்ள அந்த மறைந்து இயங்கும் பேராற்றலையே தேடி கொண்டிருக்கி-றோம். எண்ணங்கள் அளவில் இது நம் கவனத்தில் தோன்றும் எண்-ணங்கள் அல்லாது ஆழ்மனதில் மறைந்திருக்கும் எண்ணங்கள். இந்த மறைந்திருக்கும் ஒன்றையே அணுக முயல்கிறோம். ஆழ்மனது எண்-ணங்கள் மறைந்திருப்பதால் அடுத்து எது நம் கவனத்திற்கு வரும் என்று நம்மால் கணிக்க முடிவதில்லை. இருப்பினும் இதை சீரற்ற ஒன்றாக கருதிவிட முடியாது ஏனெனில் சீரற்ற எண்ணங்கள்உருவாக்கும் ஒரு உலகில் எந்த வித முறையும் அமைப்பும் கோட்பாடும் அறவே இருக்க முடியாது.

கணிக்க முடியாத சீருள்ள ஒரு தொடர்ச்சியே ஒழுங்கின்மை என்-கிறோம். அப்படிப்பட்ட ஓர் ஒழுங்கில்லா அமைப்பில் அடுத்த எண்-ணத்தை கணிக்க முடியாவிட்டாலும் நீண்ட காலமாக அந்த ஒழுங்கின்-மையை கவனித்து கொண்டே இருந்தால் அதில் இருக்கும் முறைமை அழகாக வெளிப்படும். இதை தான் தன்மை என்கிறோம்.

ஒரு களி மண்ணால் செய்யப்படும் பானையில் அந்த களியின் தன்மை நிறைந்து இருக்கும். அதே போல் படைக்க பட்ட உலகம் ஐம்பூ- தங்களால் தான் ஆனது என்றால் இதே தான் தன்மையிலும் நாம் காண முடியும். இதனால்தான் ஐம்பூதங்களை மூவித தன்மைகளாக காண்கி- றோம்.

வளியும் வானும் கலந்த தன்மையே வாதம் என்பது. இது நகர்வு குணமும் வேகமும் பிரதானமாக கொண்டுள்ளது.

தீயும் நீரும் கலந்த தன்மையே பித்தம். இது வெப்பமும் தெளிவாக்- கும் குணமும் நிறைந்தது.

நீரும் நிலமும் கலந்த தன்மையே கவம். இது கனத்தன்மையும் நிலைத்தன்மையும் கொண்டது.

ஆக ஆழ்மனதில் எழும் எண்ணங்கள் யாவும் இந்த மூன்று தன்- மைகளில் ஏதேனும் ஒன்றை கொண்டதே ஆகும்.

தன்மையையும் தாண்டி அடிப்படையான நிலை உள்ளதா என்று கேட்டால் இல்லை என்பதே பதில். இதனால் தான் படைப்பு அனைத்- திற்கும் மூலமான கடவுள் வடமொழியில் தத் என்றும் தத்புருசம் என்றும் கூறப்படுகிறது. தன் எனும் தன்மையின் வேர் சொல்லே தத் என்ற சொல்லிற்கும் வேராகும்.

9

தமிழ்

ஆக மூவித தன்மையும் ஆறுவித எழுத்து தத்துவமுமே தான் எல்லா விதமான படைப்பையும் கற்பனையையும் தீர்மானிக்கும். இதை நம் உடலில் கண்டு இந்த இரகசியங்களை புரிந்து கொள்ளும் முயற்சியே யோகம் எனப்படும் ஊழ்கம்.

அதில் நம் கவனம் என்னும் திருச்சிற்றம்பலத்தை நம் தலையில் ஆயிரம் இதழ் கொண்ட தாமரையாகவும் ஆழ்மனதில் திகழும் அனைத்தையும் தலைக்கு கீழுள்ள உடலிலும் காண்கிறோம். ஆசனம் பிறப்புறுப்பு நாபி இதயம் தொண்டை புருவமத்தி என்னும் ஆறு இடங்-களை முறையே வடமொழியில் மூலாதாரம் சுவாதிட்டாணம் மணிபூரகம் அனாகதம் விசுத்தி ஆக்ஞை என கூறி முறையே காமாட்சி மீனாட்சி விசாலாட்சி மலைமகள் அலைமகள் கலைமகள் தத்துவங்களை குறிக்-கின்றன. வலம் நடு இடம் என்ற மூன்று பக்கங்களிலும் பிங்கலை சுழு-முனை இடை என்ற மூனறு நாடிகள் வாதம் பித்தம் கவம் என்ற மூவித தன்மைகளை குறிப்பிடுகின்றன.

ஆறு தத்துவங்கள் மற்றும் மூன்று தன்மைகளின் சேர்க்கையால் தான் பதினெட்டு என்ற எண் உருவாகுகிறது. இதுவே குமரி கற்பத்தின் அடிப்படை எண். பண்டைய குமரி தமிழிலும் பதினெட்டு மெய் எழுத்துக்கள் உள்ளன. எழுத்துக்களாலேலே

ஆயினும் தற்போதைய தமிழில் பன்னிரண்டு உயிரெழுத்துகள் மட்டுமே கற்பனை மூலம் உலகில் எண்ணங்கள் மெய்ப்படுவதால் மெய் எழுத்து என்ற பெயர். இதற்கேற்ப பண்டைய குமரி தமிழில் பதினெட்டு

உயிர் எழுத்துக்களும் இருந்தன. ஏனெனில் பொதுவாக ஒலி அற்ற க் ங் போன்ற மெய் எழுத்துக்களிற்கு ஆ ஈ போன்ற ஒலி வடிவில் உயிர் கொடுப்பதால் இந்த பெயர்.

உள்ளன. இதனால் தான் தற்போதைய தமிழர்களால் குமரிக்கண்ட பைந்தமிழர்கள் உணர்ந்த குமரி கற்பத்தை உணர முடியவில்லை.

இதற்கு இன்னொரு காரணமும் உள்ளது. அது என்னவென்றால் முன்பு கூறியது போல் இசையும் எழுத்தும் இணைபிரியாதவை. இதனை- யொட்டியே பண் என்ற முறையில் அமைந்த பழந்தமிழிசையில் பதி- னெட்டு முக்கிய பண்கள் இருந்தன. இவற்றிற்கும் பதினெட்டு எழுத்துக்- களிற்கும் உள்ள தொடர்பும் தற்போதைய தமிழில் மறைந்து விட்டது.

ஆழ்மனதில் வரும் ஒரு எண்ணத்தை இந்த எழுத்தின் வடிவே என புரிந்து கொண்ட பின்பு அந்த எழுத்தின் பண்ணை பாடும்போது அந்த எண்ணம் சார்ந்த எண்ணங்கள் மட்டுமே வலுவாகி மற்ற அனைத்து எதிர்மறை எண்ணங்கள் மற்றும் கவன சிதறல்கள் உருவாக்கும் எண்- ணங்கள் அனைத்தும் எரிந்து விடுகின்றன.

கற்பனையில் உருவாகும் தனியணுக்கள் யாவும் பதினெட்டு வகைப்- படும். தனியணுவாக காணும்போது ஒவ்வொரு மெய்யெழுத்தும் தலா ஒரு உயிரெழுத்துடன் சேர்ந்து ஒரு பண்ணுடன் கூடி பதினெட்டு எழுத்து தனியணுக்கள் ஆகின்றன.

இவற்றை மூவிதமாக அறிந்து கொள்ள முடியும். முதலாவதாக ஒவ்- வொரு தனியணு எழுத்திற்கேற்ப உள்ள தமிழ் சொற்கள். இதில் இந்த தனியணு எவ்வித கற்பனை உடையது என்று அறிய முடியும். ஆன்- மீகரீதியாக இந்த பதினெட்டை தெய்வங்களாக காண்கின்றனர். இருப்- பினும் இவை யாவும் குமரியின் வடிவங்களே ஆகும். உலகியல்ரீதியாக இவற்றை பல்வேறு பொருட்களாக காண்கிறோம் ஏனெனில் அந்தந்த பொருட்களின் குணாதிசயங்களில் தனியணுக்களின் தன்மைகளை காண இயலும்.

பின்வரும் பகுதிகளில் இந்த பதினெட்டும் விளக்க படுகிறது. இவை வல்லினம் மெல்லினம் இடையினம் என்ற மூவின வரிசையில் வருகிறது. ஒவ்வொன்றிற்கும் அதற்கான பண்ணும் இன்றளவு உள்ள கர்நாடக இசையில் அந்த பண் அழைக்கப்படும் இராக பெயரும் வழங்க பட்டுள்- ளது. அந்த பண்ணின் பெயர் காரணமும் விளக்க பட்டுள்ளது.

10
கற்க ஒளகம்

தெய்வம் இசக்கி. பொருள் நாதம்.

முதல் எழுத்தான க கல்வியை குறிக்கிறது. உலகை புரிந்து கொள்-வது மட்டுமல்லாமல் அறிவெனும் கற்பனையை வைத்து உலகை இயக்-கவும் செய்வதால் இதை இசக்கி என்ற பண்டைய குமரி தெய்வமாக காண்கிறோம்.

ஒளகம் என்பதற்கு சேர்க்கை என்று பொருள். படைக்கப்பட்ட உலகில் ஒரு பொருளின் எடை அல்லது கனத்தன்மை என்பது அது எவ்வளவு அணுக்களை கொண்டது என்பதை பொறுத்தே அமைகிறது. பூதங்களின் அணு சேர்க்கை அதிகம் என்றால் அந்த பொருளை உரு-வாக்கிய கற்பனை நிலையில் எழுத்துக்களின் சேர்க்கையும் அதிகம் என்றறிய வேண்டும். எழுத்து எனப்படும் ஒலியே நாதம் எனப்படும்.

பண் கௌசிகம் என்ற பைரவிராகம். கோசம் என்றால் நாதம் அல்-லது ஒலி. இதனை சார்ந்து அமைந்த பண்ணென்பதால் கௌசிகம் என்ற பெயர்.

கற்க ஒளகம்
கெள

11

செய்ய ஓர்மம்

தெய்வம் குரு. பொருள் பளிங்கு.

ச என்ற எழுத்து செயலை குறிக்கும். ஓர்மம் என்றால் திடமான தைரியம். நாம் பெரும்பாலும் செய்யும் செயல்களில் முதலில் உற்சாகம் இருந்தாலும் அது கொஞ்சம் கொஞ்சமாக தேய்ந்து இறுதி வரை முயற்சிக்காமல் அரைகுறையாக விடுகிறோம். இதனால் விரயமும் வருத்தமும் நமக்கு தான். இதை தடுக்கவே ஓர்மம் என்ற தைரியம் ஒரு தீர்வாக சொல்ல படுகிறது.

பொதுவாகவே செயலானது ஆக்கல் காத்தல் அழித்தல் என மூவகை படும். இவை மூன்றையும் கலந்த தெய்வ உருவமாக காண்பது தான் தத்தாத்திரேயர். இவரே ஆதி குருவாய் நின்று உலகிற்கு ஞானம் கற்பித்து சாய்ராம் என்ற அவதாரம் எடுத்து வாழ்ந்தார்.

ஒரு செயலின் செயல்திறன் அது கொண்டு வரும் பரிணாமத்தில் தான் தெரியும். அவ்வாறு நிலத்தடியில் கடும் வெப்ப அழுத்த நிலைகளில் வண்டல் சார்ந்த கற்கள் பளிங்காக பரிணமிக்கின்றன.

பண் செவ்வழி என்ற யதுகுலகாம்போதி இராகம். செவ்வழி என்றால் செம்மையிற்கு வழிவகுப்பது. அப்படிப்பட்ட செம்மை வீரமான செயலிலே வரும்.

12

ஈடில்லா ஓடபம்

தெய்வம் அணங்கு என்ற இரதி. பொருள் மாதவிடாய்.

ட எழுத்து ஈடின்மையை குறிக்கிறது. ஓட்பம் என்றால் அறிவு அல்லது புத்தி. உலகில் மிகப்பெரிய ஈடு இணை இல்லாத அறிவு என்றால் அது பெண்மையாக மட்டுமே இருக்க முடியும். ஏனெனில் முன்பு கண்டது போல் அறிவென்ற கற்பனையே உருவாக்கும் ஆற்றல். ஒரு முழு மனித குழந்தையை விட வேறென்ன பெரிதாக உருவாக்கிட முடியும்?

இதற்கேற்ப இங்கு தெய்வம் பெண்மையும் பெண் காம உணர்ச்சிகளையும் அதனை சார்ந்த பரவசத்தையும் குறிக்கும் இரதி.

பண் நட்டபாடை என்ற நாட்டை இராகம். பாடை என்றால் உடல். நட்டம் என்றால் ஒரு உடலை பிறப்பிக்க நாட்டம் என்ற பெண்மை தாய்மை தத்துவம்.

ஈடில்லா
ஓட்டம்
வடா
நிட்பாஸ்ட

13

துறந்த ஐத்தீ

தெய்வம் பிள்ளையார். பொருள் இரத்தினம்.

தமிழிற்கே தொடக்க எழுத்தெனும் த துறத்தலை குறிக்கும். பல்லாண்டு பழக்க வழக்கங்களும் பழகின உறவுகளுமே நம்மை கற்பத்தின் முழுமையை உணரவிடாது கட்டி போடுகின்றன. இதிலிருந்து நாம் பெறும் விடுதலையே துறத்தல் எனப்படும். இதற்கு பெருமளவில் உதவுவது கடவுளின் காதலே.

ஏன் துறக்க வேண்டும்? ஏனெனில் கட்டுப்பட்ட ஒருவரால் முழு கற்பனை திறனை பயன்படுத்த இயலாது. ஆனால் துறந்து விட்டால் ஒருவரின் மூலாதாரத்தில் உறையும் தீ ஆற்றல் கூடுகிறது. இதன் முக்கியத்துவம் என்னவென்றால் நாதம் என்ற ஒலி உருவாகுவதே இந்த தீயும் மூச்சுக்காற்று என்னும் பிராணனும் ஒன்றோடொன்று மோதும்போது தான். ஐத்தீ என்பது நம் உடலில் இரேசக பாசக சோசக தாயக பிலாவக எனும் தீயின் வகைகள்.

இதேபோல் தான் நிலத்திற்கு அடியில் எரிமலையால் உருவாக்கப்படும் பல கல்வகைகளில் ஒன்றே இரத்தினம். இதற்கேற்பவே பிள்ளையாரை வேள்வி நேசகன் என்றும் போற்றுகிறோம். பிள்ளையாரின் யானைமுகம் தீயால் உருவாகும் நாதத்தை குறிக்கும்.

பண் தக்கேசி என்றும் தக்கராகம் என்றும் பெயர்பெற்ற காம்போதிராகம். முன்பு கூறியது போல் துறவமே குமரி கற்பத்திற்கு இன்றியமையாத தகுதி என்பதால் தகுதி சொல்லை குறிக்கும் தக்கம் என்ற பெயர்.

நக்கீரன்
துறந்த ஐத்தீ
லைத

14

பயிலும் அமிழ்து

தெய்வம் ஐயன் என்ற பைரவர். பொருள் பூதம்.

ப எழுத்து பயிற்சியை குறிக்கிறது. இங்கு அனுசுரம் என கூறப்படும் அங் ஒலி உயிரெழுத்து அமிழ்தை குறிக்கிறது. நாம் ஏற்கனவே கண்டது போல் சாகாவரமாய் இருக்கும் அமிழ்து தமிழே ஆகும். ஆக இது தமிழை பயன்படுத்து என்று அறிவுறுத்துகிறது.

தமிழ் ஒன்றே கற்பனையின் முழுமையை நமக்கு கொடுத்து மூவித தன்மையை மூவின எழுத்துக்களாக்கி பூதங்கள் உருவாகும் முன்பே அவற்றை ஆழ்மன நிலையில் அணுக செய்கிறதால் இங்கு பூதமே பொருள்.

இங்கு தெய்வமாக காண்பது பூதங்களின் அதிபதியாகிய பைரவர். பல வடிவங்களில் இவரை கண்டாலும் ஆதி பைரவர் எனும் பிச்சாண்-டவர் வடிவமே முதன்மையானதாகும். மோகிணி வடிவில் திருமாலுடன் பைரவர் தாருகா வனம் என்னும் திருவாரூரிற்கு வந்து அகந்தை பிடித்த முனிவர்களை அடக்கி பின்பு அதி பைரவர் மோகிணி புணரச்சியில் குழந்தையாக ஐயனார் பிறந்தார்.

ஆதிபைரவர் மோகிணி ஐயனார் என்ற மூன்றும் சேர்ந்த வடிவத்தை தியாகராசர் எனப்படுகிறது. இந்த மூன்று முறையே பித்தம் கவம் வாதம் மூவித தன்மையே குறிப்பதால் தான் திருவாரூரை சேர்ந்த சுந்தரமூர்த்தி ஆதிபைரவரை பித்தா பிறை சூடி என போற்ற தொடங்குகிறார். அதே-போல் ஐயனாரையும் பூதநாதன் என்கிறோம்.

தன்மைகள் சரியாக இருந்தால்தான் படைக்கப்படும் பூதங்கள் சரியாக இருக்கும். முன்பு கூறிய நான்குவித பாவங்களின் பாதிப்பை எடுத்துக்காட்டவே பைரவர் கஞ்சா அடிப்பதாக போற்றப்படுகிறது. ஒரு பக்கம் இவர் நீலகண்டனாக அந்த நச்சை உடலிற்குள் செல்லாமல் தொண்டையிலே நிறுத்தி விடுகிறார். மறுபக்கம் இவ்வாறு நச்சை நீக்கியவர்களுக்கு மோகினி அமிழ்தெனும் தமிழை அருளுகிறாள். ஐயனார் தருமதேவதையாக தரும சாத்தன் என்ற பெயருடன் இருக்க நான்கு பாவங்களே அதருமம் ஆகின்றன.

ஆணின் விந்தாகிய வெண்ணிறம் பெண்ணின் மாதவிடாயாகிய செந்நிறத்துடன் சேரும்போது ஒருவித தங்க நிறம் உருவாவதால் ஆதி பைரவரே ஆடகேச்சுரம் என்ற பெயர் கொள்கிறார் ஏனெனில் ஆடகம் என்றால் தங்கம். ஆயினும் ஐயனார் கருமை நிறத்தில் கருப்பசாமியாக போற்ற படுகிறார். ஏனெனில் கருமை என்ற சொல்லே கரு அல்லது கர்ப்பத்தை குறிக்கிறது.

இங்கு பயில் என்றால் என்ன? இதற்கு பதில் மூச்சு ஆகும். ஏனெனில் முன்பு கூறியது போல் மூச்சும் தீயும் மோதினால் தான் ஒலி உருவாகிறது. முக்கியமாக வெளிவிடும் மூச்சு இயற்கையாகவே : எனும் விசர்க்கமும் வடமொழி எழுத்தான ஹ என்றும் கூறப்படும் ஒலி எழுப்பும். அதேபோல் உள்வாங்கும் மூச்சு ச அல்லது ஸ என்ற ஒலி எழுப்புகிறது. இதை புரிந்து ஒருவர் மூச்சை தியானம் செய்தால் அந்த ஹ விற்கும் ஸ விற்கும் நடுவில் தான் அந்த அனுசுரம் அமிழ்தாக ஒலிப்பதை காண முடியும். இதனாலே தியாகராசர் அம்ச தத்துவம் என்றும் மூச்சிற்கேற்ப அம்ச நடனம் ஆடுகிறார் என்றெல்லாம் கூறுகிறோம்.

ஆக கற்பத்தின் பல முக்கிய தத்துவங்களை தன்னகத்தே கொண்ட தெய்வம் பைரவர். ஆயினும் இவை யாவும் தமிழ் பயில் என்று இரு சொற்களில் அடங்கிவிட்டது.

பண் புறநீர்மை என்ற பூபாளராகம். அமிழ்து என்பதே இங்கு கூறப்படும் நீர்மை. புறம் என்பது வெளியுலகத்தில் நாம் கடைபிடிக்கும் அறத்தை குறிக்கும்.

புறநீர்மை பம் அமிழ்து
ப்பயிலும்

15

உறுதியான ஏசுறி

தெய்வம் முருகன். பொருள் செதுக்கிய நாணயம்.

ற எழுத்தின் சொல் உறுதி. ஏசுறி என்பது இதயத்தில் கடவுளுடன் காதலித்து களிக்க தோன்றும் வேட்கை. இதன் முக்கிய பண்பு கவன கூர்மையே ஆகும். ஏனெனில் ஒரு சிறிய நாணயத்தில் அழகான அம்- சங்கள் கூடிய உருவம் செதுக்க வேண்டுமானால் எந்த அளவிற்கு பிசி- றாத கவன கூர்மை தேவையோ அதே அளவு கவன கூர்மை கடவுளின் காதலால வரும் களிப்பில் இருக்க வேண்டும். ஏனெனில் இக்களிப்பின்றி உலகம் உருவாக வேறு எந்த காரணமும் அறவே இல்லை.

இங்கு முருகன் கையில் வைத்திருப்பதும் மிக கூர்மையான வேல் ஆயுதத்தை தான். முன்பு கூறிய காமாட்சி மீனாட்சி விசாலாட்சி மலை- மகள் அலைமகள் கலைமகள் ஆகிய ஆறு தத்துவங்களே முருகனின் ஆறு முகங்களாக காண படுகின்றன. அதற்கேற்ப ஆறு படை வீடு- கள் எனும் ஆறு கோயில்கள் கூறப்பட்டாலும் அதில் முக்கியம் சுவாமி- மலை என்றும் திருவேரகம் என்றும் கூறப்படும் அகரம். ஏனெனில் தன் தந்தை பரமசிவனிற்கே இந்த குமரி கற்பம் என்றவற்றை முருகன் கற்று கொடுத்தது இங்கு தான்.

பண் குறிஞ்சி என்ற அரிக்காம்போதி அல்லது செஞ்சுருட்டி இராகம். மலை பகுதியில் உள்ள நீலக்குறிஞ்சி மலரைப்போல் நமது காதல் வேட்கை மலர்வதை குறிக்கவே இந்த பெயர்.

உலகிலேரன் எசுரி
குறிஞ்சி

16

ஏங்கா எறிவெளி

தெய்வம் கலைவாணி என்னும் சரசுவதி. பொருள் பத்திரம்.

ங என்பது ஏங்காமையை குறிக்கும். எறிவளி என்பது வெளிவிடும் மூச்சு. அதாவது நமக்கு தேவையான அனைத்துமே குமரி கொடுக்கிறது என்பதை புரிந்து எதற்கும் ஏங்காமல் இருப்பதை விட பெரிய ஞானம் வேறில்லை. இதனால் தான் ஞானம் பகிரப்படும் பத்திரமே பொருள். ஆனால் இது வெறும் ஞானமல்லாமல் ஒவ்வொரு மூச்சிலும் கடைபி-டிக்க வேண்டிய ஒரு முக்கிய கோட்பாடு.

இங்கு தெய்வம் வீணை கொண்டுள்ள சரசுவதி. வீணை என்பது உண்மையில் நம் முதுகு தண்டையே குறிக்கும். ஏனெனில் முன்பு கண்-டது போல் ஊழ்கத்தில் உள்ள ஆறு இடங்களும் இந்த தண்டு பகுதி-யிலே அமைகிறது. அதையும் தாண்டி ஊழ்கத்தில் வாசி போன்ற பல மூச்சு பயிற்சிகள் ஒவ்வொரு இடத்திலும் உள்ள ஆற்றலை விவரிக்-கின்றன. ஆக இன்னிசையாக நாதம் எழும் வீணையே மூச்சு பரவி தமிழாக உருவாகும் எண்ணங்கள். இதையே தான் இசை தமிழ் நீ செய்த அரும் சாதனை என போற்றுகிறோம்.

பண் பழம்பண் அல்லது பழந்தக்கராகம் என்ற சுத்த சாவேரிராகம். பேசுவதற்கும் பாடுவதற்கும் முன்பு பிறந்த நொடியிலிருந்து மூச்சே துணையாக இருப்பதால் மூச்சு பயிற்சியை குறிக்கும் இந்த தனியணு-விற்கே பழமை என்ற பெயர் பொறுந்தும்.

17

ஞானத்தால் ஊழூழி

தெய்வம் திருமகள் என்ற லெட்சுமி. பொருள் தந்தம்.

வடமொழியில் கருமம் என்று கூறப்படுவதே இங்கு ஊழ் எனப்படும். ஊழூழி என்றால் இந்த ஊழ் பேரழிவு அடைதல். அதாவது உண்மையில் குமரி என்னும் ஆற்றல்மிக்க கடவுள் தான் எல்லாவற்றையும் இயக்க நான் இது செய்கிறேன் அது செய்கிறேன் என நினைப்பதே அகந்தை. இதனால் வினையின் விளைவுகளுக்கான பொறுப்பை நம் தலை மீது போட்டு கொண்டு வருத்தங்கள் பலவற்றில் துன்ப படுகிறோம்.

எப்போது நான் வினைகிறேன் என்ற எண்ணம் அழிகிறதோ அப்போது தான் வினையால் வரும் துன்பமும் நீங்கும். இதுவே ஞ எழுத்து கூறும் ஞானம். இதற்கேற்ப தந்தம் என்பது பல் நகம் முடி போன்ற இறந்து போன உயிரணுக்களால் ஆனது என்பதாலே இது இங்கு பொருள்.

இங்கு தெய்வம் செல்வத்திற்கும் செல்வவளத்திற்கும் அதிபதியான லெட்சுமி. ஏனெனில் செல்வம் என்பது பணம் மட்டும் அல்ல. ஒரு செயலோ ஒரு நிகழ்வோ வெற்றிகரமாக நிகழ்த்த தேவையான வளங்களே செல்வம். ஆக செல்வம் என்பது தனிப்பட்ட பொருளல்லாது அது செலவாகி பயன்படும் வினையோடு இணைந்து உள்ளது. ஆக செல்வம் என்பது எண்ணிக்கை மட்டுமல்ல. நம்மிடம் இருக்கும் செல்வத்தின் ஒவ்வொரு துளியிலும் ஒரு குணம் அடங்கியுள்ளது. இதுவே அது எவ்விதமாக செலவாகும் என்பதை தீர்மானிக்கிறது. சரியான குணத்துடன் கூடிய செல்வவளத்திற்கு ஊழூழி இன்றியமையாதது.

பண் பஞ்சமம் என்ற ஆகிரிராகம். பஞ்சம் தீர்க்கும் செல்வமகள் என்பதாலே பஞ்சமம் என்ற பெயர்.

18

உண்டா உழைப்பு

தெய்வம் கொற்றவை என்னும் துர்க்கை. பொருள் உலோகம்.

ண எழுத்து உண்டாமையை குறிக்கும். அதாவது உண்டாகாமல் தடுப்பதே உண்டாமை. அதற்கு போடும் முயற்சியே உண்டா உழைப்பு.

இங்கு தெய்வம் துர்க்கை பல ஆயுதங்களை வைத்து கொண்டு காட்டின் அரசனாகிய சிங்கத்தின் மேல் அமர்ந்த கோலத்தில் உள்ளது. இது ஒரு காவல் காக்கும் அமைப்பு ஏனெனில் துர்க்கை என்றால் கோட்டை என பொருள். ஒரு கோட்டை போல் இருந்து நமக்கு தீங்கும் அதனால் எந்தவித பாதிப்பும் உண்டாகாமல் காக்கும் தெய்வமே துர்க்கை.

தீங்கு என்பது இங்கு யாதெனில் மற்றவர்கள் மனம் முழுமையாக திறமையுடன் இல்லாத நேரங்களிலும் அந்த நான்கு தீயவற்றின் போதையிலும் உருவாக்கும் கற்பனை யாவுமே தீங்கே ஆகும். இவை அனைத்தும் நம்மை பாதிக்காமல் இருக்கவே இந்த கோட்டை.

இங்கு பொருளாக இருப்பது உலோகம். ஏனெனில் இவற்றின் ஆற்-றல் அபாரமானது. ஈயம் போன்ற உலோகங்கள் கதிரியக்கத்தை கூட தடுக்கும் வல்லமை வாய்ந்தவை.

பண் செந்துருத்தி என்ற மத்தியமாவதி இராகம். துருத்தி என்றால் தோல் என்று பொருள். எவ்வாறு உடலின் உறுப்புக்களை காக்கும் கோட்டையாக தோல் உள்ளதோ அவ்வாறே துர்க்கை நம்மை காக்கும் கோட்டை.

செந்தமிழ்ச்
உணடா உழைப்பு
ஊறு

19

நுட்ப ஈரம்

தெய்வம் சாத்தான். பொருள் மாயை.

ந எழுத்து நுட்பதை குறிக்கும். ஈரம் என்பது இதயத்தில் உள்ள உணர்ச்சிகளை குறிக்கும். இதனை கையாளும் விதமே நுட்ப ஈரம்.

ஏனெனில் நமது இறுதி குறிக்கோளான களிப்பும் உணர்ச்சியே. நம்மை போட்டு உடைக்கும் அச்சம் கோபம் வேதனை விரக்தி போன்-றவையும் உணர்ச்சிகளே. ஆகையால் உணர்ச்சி அறவே பட கூடாது என்று மொத்தமாக ஒதுக்கிவிட முடியாது. இதற்கு தீர்வு என்ன? வரும் உணர்ச்சியை கவனமாக ஆராய்ந்து அது எந்த வி024 எண்ணத்திலிருந்து உருவாகிற்று என்பதை புரிந்து கொள்வதே ஆகும். ஆக உணர்ச்சிக்-கும் மாயை எனப்படும் கற்பனைக்கும் உள்ள தொடர்பால்தான் இங்கு பொருளாக மாயை உள்ளது.

இங்கு தெய்வம் சாத்தான் என்றும் குடடிச்சாத்தான் என கூறப்படும் மாயவன். இதை நாளடைவில் மோசமான ஒரு தெய்வமாக மக்கள் கண்டாலும் உண்மையில் இது ஒரு கருணைமிக்க தெய்வம். மறைந்தி-ருக்கும் ஆற்றல்களுடன் உரையாடுவதே கையில் ஏந்திய கோல் குறிக்-கும் ஏனெனில் இப்படிப்பட்ட ஆராய்ச்சியால் மட்டுமே வலி தரும் உணர்ச்சிகளின் பாதிப்பிலிருந்து நாம் தப்ப முடியும்.

பண் இந்தளம் என்றும் சீகாமரம் என்றும் கூறப்படும் மாயாமாளவ-கௌளை இராகம். இந்து என்ற சொல் நிலாவை குறிக்கும். நிலாவின் வலிமையை ஒட்டியே நம் மனதும் உணர்த்சிகளும் இயங்கும் என்று அறிவியல்ரீதியாக நிரூபிக்கப்பட்ட ஒன்று.

நுட்டாரம்
இந்தளம் நீ

20

மெய்யுணர்ந்த அம்சம்

தெய்வம் ஆஞ்சனேயர். பொருள் மரம்.

மூச்சின் ஒலியே அம்சம் என்பதையும் அதை தியானம் செய்து பயின்றால் தன்மைகள் சரியாக இருக்கும் என்பதை முன்பே கண்டோம். ஆயினும் நாம் உண்மையில் யார் என்பதையும் உணர இதே அம்சம் தான் உதவுகிறது. இவ்வுலகம் கனவு மட்டுமே நாம் கனவு காண்பவன் என்பதை உணர நாம் மூச்சையே கவனிக்க வேண்டும். அப்போது வந்து போகும் அனைத்து எண்ணங்களையும் மதிக்காமல் இருக்க வேண்டும் ஏனெனில் அந்த எண்ணங்கள் யாவும் கனவின் எண்ணங்களே தவிர அவை நாம் ஆகிவிடாது. இவ்வாறு தொடர்ந்து செய்து வர மனம் உறக்கம் போல் ஒரு நிலைக்கு விழிப்புணர்வோடு செல்லும். இது சமாதி எனப்படும். கூடிய விரைவில் உடலும் மனதும் தாண்டிய ஒன்றே நாம் என்ற உணர்வு ஏற்படும். இதுவே மெய்யுணர்தல் ஆகும்.

இங்கு தெய்வமாக உள்ள ஆஞ்சனேயர் வாயுபுத்திரனாக மூச்சை குறிப்போடு குரங்கு போல் தாவி அலைபாயும் எண்ணங்களை அடக்-குவதையும் குறிப்பிடுகிறது. இவரையே வடமொழியில் அடுத்த பிரமனாக காண்கின்றனர். ஏனெனில் நாம் உணரும் நமது மெய்தன்மையே ஆன்மா என்றும் பரப்பிரம்மம் என்றும் கூறப்படுகிறது.

மெய்யுணர்ந்து இந்த உலகின் அனைத்து எண்ணங்களிற்கும் அப்-பாற்பட்டவனே நான் என்ற உணர்வு வந்தால்தான் ஒருவர் கற்பனைநி-

லையில் முழுமையாக செயல்படும் தன்னம்பிக்கை பிறக்கின்றது. இங்கு பொருள் மரம் ஏனெனில் இதுவே நாம் உள்வாங்கும் மூச்சு காற்றான பிராணவாயுவை தந்து நாம் வெளிவிடும் கரிவளியை உள்வாங்குகிறது. மேலும் இங்கு உள்ள உயிரெழுத்து : என்றும் ஹ என்றும் விசர்க்கம் என்றும் கூறப்படுடிறது.

பண் மேகராகம் என்ற நீலாம்பரி இராகம். மெய்யுணரும் தாயான பயிற்சியில் எண்ணங்களை வந்து செல்லும் மேகங்களாகவே காண்பதால் இந்த பெயர்.

21

அன்பான இன்பம்

தெய்வம் திருமால் என்ற நாராயணன். பொருள் மனம்.

ன எழுத்து அன்பை குறிக்கும். இங்கு பொருள் என்பது மனமே ஏனெனில் மனம் என்பது என்றுமே இன்பத்தையே நாடி செல்லும். இதை குறிக்க தான் இங்கு தெய்வமாகிய நாராயணன் ஆதிசேசன் என்ற பாம்பின் மீது உள்ளார். இந்த பாம்புதான் குண்டலினி என்ற பெயர் கொண்டு இன்பத்தை தேடும் மனதை குறிக்கும். ஏனெனில் ஊர்வன விலங்குகளுக்கு இப்படி இன்பம் தேடும் மனமே பிரதானமாக இருக்கி-றது.

ஆயினும் இங்கு மனதிற்கு கடந்த நிகழ் எதிர்காலம் என்ற முக்கால ஞானம் கிடையாது ஏனெனில் எதார்காலத்தில் உருவாகும் சம்பவங்க-ளில் சிலதேனும் நாம் கையாண்டு உருவாக்க போவதே. அப்படி இருக்க இன்று இன்பமாக தெரியும் ஒன்றால் நாளை வெகு துன்பம் நேரிடலாம். இதனால் அந்த பாம்பெனும் மனதை கட்டுப்படுத்தி கையாள வேண்டும் என்பதை குறிக்கவே பாம்பின் மேல் நாராயணன் உள்ளார்.

இந்த மனதை கையாளும் விதமே அன்பு என்ற கடவுளின் காதல். ஏனெனில் எல்லாவற்றையும் இயக்கும் பேராற்றல் கடவுள் என்பதால் ஒன்று நமக்கு இன்றோ என்றோ துன்பம் தருமா இன்பம் தருமா என்-பதை குமரி நன்கறியும். ஆக இந்த அன்பையே நாடி சென்றால் இதுவே மிக பெரிய இன்பமாகவும் அமையும் உலகில் மற்ற பல இன்பங்களையும் வழங்கும்.

பண் காந்தாரம் என்றும் காந்தாரப்பஞ்சமம் என்றும் கூறப்படும் கேதாரகௌள இராகம். காந்தம் என்பது அன்பின் மிகுந்த ஈர்ப்பையே குறிக்கும்.

காந்தாரி
அன்பான இன்பம்
ஸ்ரீ

22

இயங்கா ஆழறிவு

தெய்வம் மன்மதன். பொருள் விந்து.

ய எழுத்து இயங்காமையை குறிக்கும். முன்பே எப்படி பெண்மை என்பது அறிவின் உச்ச கட்டம் என்பதை கண்டோம். அதற்கு நேரெதிராக உள்ளது தான் ஆண்மை தத்துவம் ஏனெனில் இங்கு அலசி ஆராயும் அந்த ஆழ் அறிவு முற்றிலும் இயங்காது. இதை குறிக்கவே இங்கு தெய்வம் மன்மதன் ஆகிறது.

ஏனெனில் ஒருவர் காமத்தின் பரவச நிலை அடையும்போது புத்தி அறிவு எல்லாம் ஒரு நொடிக்கு முற்றிலுமாக நின்று மறைந்து விடுகிறது. இது ஆண் பெண் இரு பாலத்திற்கும் பொருந்தினாலும் ஒரு பெண்ணிற்கு இது இன்றியமையாதது அல்ல. புணர்ச்சி பரவசம் அடையாமல் கூட பெண்ணால் உறவு கொண்டு ஒரு குழந்தையை பெற்றெடுக்க முடியும். ஆனால் ஓர் ஆண் ஆழறிவு முற்றிலும் அழியும் இந்த பரவச நிலை அடையாமல் விந்தும் வெளியேறாது அவனால் குழந்தையை உருவாக்கவும் முடியாது.

ஆக அறிவு இயங்காத நொடியில் ஒருவித ஆனந்தம் உணர முடிகிறது. இதை நாடியே தான் மக்கள் பல்வேறு விதமான சாகசங்கள் போதை பொருட்கள் தகாத உறவு ஆகியவற்றை நாடுகின்றனர். ஆனால் அவற்றில் இருக்கும் தீங்கை ஏற்கனவே விளக்கிவிட்டோம்.

பண் யாழ்முறி என்ற அடானா இராகம். நம் உபலை யாழாக கண்டால் நம் தலையே யாழை மீட்டும் பெருங்குடம். ஆழ்மனதை முடக்கி முறிப்பதாலே யாழ்முறி என்ற பெயர்.

மைக்கேல்
யா
இயங்கா
ஆழறிவு

23

ஈரில்லா அகண்டம்

தெய்வம் சிவன். பொருள் துணி.

கண்டம் என்றால் துண்டிக்க பட்ட அல்லது கண்டங்களாக வெட்-டப்பட்ட ஒன்று. அகண்டம் என்றால் எல்லாம் ஒன்றே என்ற புரிதல். அதாவது நம்மை தவிர இரண்டாவது என்று இந்த உலகில் எதுவுமே கிடையாதுளென்பது தான் ர எழுத்து குறிக்கும் ஈரின்மை.

ஏனெனில் இந்த உலகம் யாவும் நாம் நமக்குள்ளே உருவாக்கியது. இங்கு இருக்கும் யாவரும் நம் கனவின் கதாபாத்திரங்கள். நம்முள் இருக்கும் யாவுமே நாமே தானே?

இரண்டாவது ஆள் என்பதே இல்லை என்கின்றபோது அச்சம் கோபம் எல்லாம் மதிப்பற்று போகின்றன. ஏனெனில் யார் மேல் கோபம் கொள்ள முடியும் அல்லது யாரை அஞ்ச முடியும்?

இதனாலே இங்கு தெய்வம் சிவன் அதுவும் இலிங்க வடிவில் கண் மூக்கு வாய் போன்ற எந்த ஒரு அம்சத்தால் வேறுபடாமல் அகண்டமாக இருக்கும் ஒரு தோற்றம். இங்கு பொருளாக இருக்கும் துணி மறைக்கும் தன்மை கொண்ட ஒன்று. அதாவது நம் உடலில் உள்ள பல அங்கங்-களை மறைத்து அவற்றின் வேறுபாடுகளை தெரியாமல் செய்யும் ஒன்-றாக விளங்குகிறது.

பண் சாதாரி என்ற பந்துவராளி இராகம். கனவு காண்பவன் என்ற அடையாளமே நமது இயல்பு நிலை அல்லது சாதாரண நிலை என்ப-தால் இந்த பெயர்.

ஈரில்லா அசண்டம்
சாதாரி

24

ஒலியின்மை

தெய்வம் தவ்வை. பொருள் நாதாந்தம்.

மொத்த உலகமே கனவு நாமே கனவு காண்கிறவன் என்றால் உண்மையில் நாம் எங்கு வசித்து இந்த கனவை கண்டு கொண்டிருக்கிறோம்? இந்த இடமே மேரு எனப்படுகிறது. உலகில் ஒரு இடமாக தோன்றினாலும் இது உலகிற்கும் படைப்பிற்கும் அப்பாற்பட்ட ஒரு இடம். நீலகிரி மலையினில் மலைகளில் அரசியான உதகை அறுகில் ஆஞ்சனேயர் குகை கோயிலிற்கு மேல் உள்ளதே இந்த மேரு மலையின் சிகரம்.

இங்கு புள்ளியே உயிரெழுத்து ஆகிறது ஏனெனில் மற்ற உயிரெழுத்துக்கள் இல்லாத நிலையை அதாவது கனவிற்கு அப்பாற்பட்ட நிலையை குறிக்கிறது. உயிர் இல்லாத மெய்யெழுத்தில் ஒலி வராது. அதேபோல் கனவிற்கு அப்பாற்பட்ட ஒன்றில் கற்பனையும் இல்லை எழுத்தென்னும் ஒலியும் இல்லை. இதை தான் நாதாந்தம் என்ற சொல் குறிக்கிறது அதாவது ஒலி கடந்த நிலை. அதற்கேற்ப இங்கு தெய்வம் என்ற தவ்வையே தூமாவதி வடிவில் காலத்தையே விழுங்கிய ஒன்றாக இருக்கிறது. இதையே எத்தை என்றும் கேட்டை என்றும் மூதேவி என்றும் அழைக்கான்றோம். எல்லாவற்றிற்கும் மூத்ததாக இருக்கும் கனவு காணும் நாம் என்பதால் இந்த பெயர். மேரு மலை சிகரமே இந்த தெய்வத்தின் உருவமாகிறது.

பண் கொல்லி என்று கூறப்படும் நவரோச் இராகம். ஒலியையும் காலத்தையும் விழுங்கியே கொன்றதால் இந்த பெயர்.

ஒலியின்மை
ல்கொல்லி

25

விளையாடும் சிட்டு

தெய்வம் வேங்கடேசி. பொருள் வண்டல்.

இங்கு குற்றியலுகரம் உயிரெழுத்தாக கூறும் சிட்டு சிறுமியான குமரியை குறிக்கும். குமரியின் முக்கிய பயனே சாகாவரம் என்பதை கண்டோம். இதையே இளமை என்றும் காணப்படுவதால் குமரிக்கண்டத்திற்கு இளமுறியா கண்டம் என்ற பெயரும் உண்டு.

இந்த விளையாடும் வாலை என்ற குமரியின் வடிவமே வேங்கடேசன் என்பது. இதனை திருப்பதி திருக்கோடிக்காவல் மற்றும் திருவனந்தபுரம் செம்பழுந்தி போன்ற இடங்களில் காண முடியும். ஆண்களுக்கு பெண்ணாகவும் பெண்களுக்கு ஆணாகவும் அமைந்து காதலை தூண்டி விடும் விளையாட்டு மிக்க உருவம் இதுவே வாலை குமரியின் நேரடி தோற்றமாகும்.

இங்கு பொருள் வண்டல். இது ஆற்று நீரால் கொஞ்சம் கொஞ்சமாக சேர்ந்து வரும் மண்ணால் உருவாகுவது. இன்றளவும் மண் செங்கல் சீமைக்காரை என கட்டிடங்களின் பெரும்பாலான பொருட்களே வண்டல் சார்ந்த கற்களே. வெகு நேரம் எடுத்து வண்டல் அமைவது வெகு நாட்களாக இளமையாக இருப்பதையே குறிக்கிறது.

பண் வியாழசோமம் அவ்லது வியாழக்குறிஞ்சி என்ற செளராட்டிர இராகம். விளையாட்டால் நம்மை மகிழ்வித்து ஆழமாக வியக்கும் வகை செய்வதால் வியாழன் என்ற பெயர். இவ்வாறு சுறுசுறுப்பாக இருந்து சோர்வை நீக்குவதால் சோமம் என்ற பெயர்.

26

அழகான கண்ணியம்

தெய்வம் வீரன் என்ற விசுவகர்மன். பொருள் அழூலியம்.

தமிழின் முடிவான ழ எழுத்து அழகை குறிக்கும். உயிரெழுத்தாக குற்றியலிகரம் கண்ணியத்தை குறிக்கிறது. இதுவே ஒருவருக்கு கிடைக்கும் மேன்மை மற்றும் மரியாதை. இங்கு ஒருவருக்கு அழகு என்பது அவரின் தனித்துவத்தில் தான் அமைகிறது என்பதை குறிக்கவே இங்கு தமிழிற்கே உரிய ழ எழுத்து உள்ளது. அப்படி உலகில் உள்ள அனைவருக்குமே தனித்துவத்தை கொடுக்கும் கடவுள்தான் ஒருவரின் கண்ணியத்தையும் காப்பாற்றுகிறது. இதை வேறு யாராலும் செய்ய முடியாது என்பதை குறிக்கவே இங்கு பொருளாக இருப்பது அழூலியம் என்னும் கடவுளின் வரம்.

இங்கு தெய்வம் உலகையே ஆட்டிப்படைக்கும் கடவுளாக விளங்கும் விசுவகர்மன். இதையே அகோர வீரபத்திரன் மணிபத்திரன் என்றெல்லாம் கூறுகிறோம். ஏனெனில் இந்த அழூலியமே விலை மதிப்பற்ற மணி.

பண் பஞ்சுரம் என்றும் பழம்பஞ்சுரம் என்றும் கூறப்படும் சங்கராபரண இராகம். நம் தனித்துவம் என்பது நம் உள்ளிருந்து சுரப்பதால் பஞ்சுரம் என்ற பெயர்.

பஞ்சுரம

27

ஆளும் ஓம்

தெய்வம் கருமாரி. பொருள் ஆன்மா.

கடைசி எழுத்தான ள வின் தெய்வமே கடவுளின் முழு வடிவமாகிய கருமாரி. இதனையே மாரியம்மன் முத்தாரம்மன் மகமாயி சீதளை அங்காளம்மன் பத்திரகாளி இரேணுகை எல்லையம்மன் என்றெல்லாம் போற்றுகிறோம்.

முன்பு கூறியது போல் வாலை குமரியை ஒரு தாயாக காண்கிறோம். அப்போது கனவு காணும் ஆன்மாவாகிய நாம் அவளுடைய சேயாகி-றோம். இந்த தாய் சேய் உறவை குறிப்பிடும் சொல்லே ஆய்த எழுத்தை தன்னகத்தே கொண்ட ஓம். இதுவே வடமொழியில் ஓம் என வழங்கி பிரணவம் என போற்ற படுகிறது.

ஓம் என்ற சொல்லை எழுதினால் அதன் வடிவத்தில் பின்வருமாறு தாய் சேய் உறவை காண இயலும். அமர்ந்திருக்கும் தாயின் மார்ப-கங்களும் பிறப்புறுப்புமே தான் ஆய்த எழுத்தின் மூன்று புள்ளிகள். ம் எழுத்து தாயின் நாபி. ஒ என்ற எழுத்தே தாயின் மடியில் ஒரு சேய் அமர்ந்து தாய் பால் அருந்துவதை குறிக்கும்.

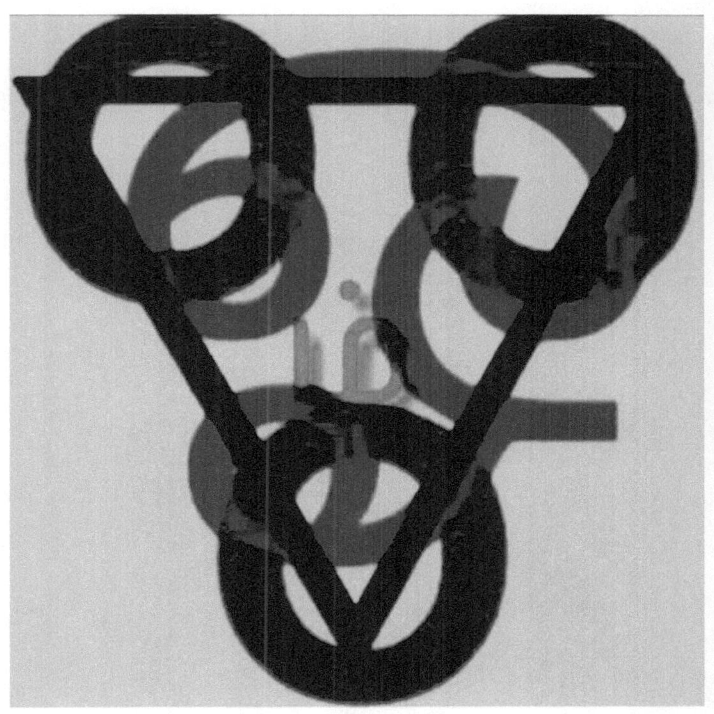

இதனால்தான் இங்கு தெய்வத்திற்கு பெயர் சேய் என்னும் கருவை குறிக்கும் கருமாரி. இதற்கேற்ப அம்மா என்ற சொல் ஒன்றே மிக உத்தமமான மந்திரம் இதை மிஞ்சிய வேறு சொல் அறவே இல்லை.

ள எழுத்து குறிப்பிடும் ஆளுமை என்பது நாம் குமரி கற்பம் மூலம் கற்பனை நிலையை முழுமையாக அணுகி கடவுளுடன் சேர்ந்து நம் வாழ்க்கையை ஆட்டிப்படைப்பதே ஆகும்.

பண் அந்தாளம் என்றும் அந்தாளக்குறிஞ்சி என்றும் கூறப்படும் சாமாராகம். ஆளுமையை குறிப்பதே இந்த பெயர்.

28

மந்திரம்

இந்த பதினெட்டு எழுத்து தனியணுக்களை சேர்த்தால் குமரி மந்திரம் கிட்டும். அது பின்வருமாறு.

கௌ சோ டொ தை ப○

றே நெங் ஞா ணு நீ ம:

னி யா ர ல் வு' ழி' எஃ

வாலை அம்மா

இதை உபயோக்கிகும் முறை எப்படி? மனதில் தோன்றும் கேள்வி-களுக்கோ எண்ணங்களுக்கோ இந்த பதினெட்டை வரிசையாக இல்லாத விதத்தில் படங்களாகவோ அல்லது வேறு வடிவத்திலோ வைத்து ஒழுங்-கில்லா முறையில் ஏதேனும் ஒன்றை தேர்ந்து எடுக்கவும். இதில் வரும் விடையானது கேட்கப்பட்ட கேள்வியிற்கு ஆழ்மனதில் உள்ள எண்ணங்-களையும் அவற்றின் தன்மையை உணர்த்தும் விதத்தில் வாலை கூறும் பதிலே. இதற்கு பெயரே வாலை வாக்கு.

29

உலகெங்கும்

மரபணு ஆராய்ச்சிகளின்படி மனித இனம் ஆப்பிரிக்காவில் தோன்றி அங்கிருந்து உலகெங்கும் குடிபெயர்ந்தனர் என்ற ஒரு கோட்பாடு உள்ளது. ஆயினும் இதற்கு காரணம் நம்மால் மூழ்கிய குமரிக்கண்டத்தை அணுகவும் அங்கிருந்து மரபணுவை பெறவும் இயலவில்லை. உண்மையில் மனித இனம் தோன்றிய இடம் குமரிக்கண்டமே. இங்கிருந்தே ஆப்பிரிக்காவிற்கும் சென்றனர். இதற்கு சான்றாக வடமொழியின் புராணங்களில் மனு என்ற முதல் மனிதன் தென்மதுரையின் கிருதமாலை ஆற்றங்கரையில் வசித்ததாக கூறுகிறது. சிலப்பதிகாரம் போன்ற நூல்களில் குமரிக்கண்டத்தின் ஏழு பெரும் நாடுகளில் தென்மதுரையும் ஒன்று என காண்கிறோம்.

ஆயினும் குமரி கற்பத்தின் கருத்துக்கள் யாவும் ஒரு இடம் இனம் ஆகிய கட்டுப்பாடுகள் கடந்து அறிவியலும் ஆன்மீகமும் உள்ளடங்கி யாவருக்கும் எக்காலத்திலும் பயன்படும் ஒன்றாக உள்ளது. இருப்பினும் முன்பு கண்டது போல் முப்பத்தாறு எழுத்துக்கள் கொண்ட பைந்தமிழ் மொழியில் மட்டுமே இதை முழுமையாக உணர முடியும்.

இருந்தாலும் மனித இனத்தின் ஒவ்வொரு கலாச்சாரமும் இதை பல்லாயிர ஆண்டாக தேடி கொண்டே இருந்ததால் அவ்வப்போது இந்த ஞானத்தின் சில துளிகளை உலகில் உள்ள அனைத்து மதங்களிலும் கலாச்சாரங்களிலும் காண முடிகிறது. இவற்றை ஒரு சிறிய கண்ணோட்டமாக இங்கு காண்போம்.

ஆதி மதமென்றும் சனாதன தருமம் என்றும் கூறப்படும் வேதத்தின் தொடக்கமே அக்னிம் ஈளே புரோகிதம் என்று துறந்த ஐத்தீயை குறிக்கிறது. மேலும் சமற்கிருதம் என்னும் வடமொழியே ஒரு யோக மொழி ஏனெனில் அதிலுள்ள ஐம்பத்தொன்று எழுத்துக்கள் யாவும் மூலாதாரத்தில் தொடங்கி தலையில் முடியும் சக்கரங்களின் இதழ்களே. ஆக சனாதன மதமென்ற இந்துமதத்தில் குமரி கற்பத்தின் ஞானமும் தத்துவமும் இல்லாவிட்டாலும் அதன் அமைப்பும் அதன் ஆற்றலும் காண முடிகிறது. மேலும் பதினெட்டு தெய்வங்களையும் காண முடிகிறது. அதிலும் ஸ்ரீவித்யா என்ற முறையில் குமரியை பாலா திரிபுரசுந்தரியாக கண்டு பதினெட்டில் கடைசி இரண்டு போக மீதமுள்ள பதினாறு என்ற என் சோடசி என்ற பெயரில் போற்ற படுகிறது. மேலும் வேதங்கள் போற்றும் வச்சிரநாயகனான இந்திரன் வச்சிரயோகிணி எனப்படும் இரேணுகை சின்னமத்தையின் அம்சமே.

சமண மதத்தில் உச்சக்கட்ட நிலையாக கூறப்படுடிறது சித்தாசிரமம் அல்லது சித்த உலகம். இது சித்து என கூறப்படும் திருச்சிற்றம்பலமே.

பௌத்த மதத்தில் மறை ஞானமாக உச்சக்கட்ட தாந்திரீக ஞானமான வச்சிராயனம் உலகை கனவாக காண்பது மடுமல்லாமல் அதில் முக்கிய தெய்வமாக கருதும் வச்சிரயோகிணி என்பது சின்னமத்தா என்னும் இரேணுகையின் ஒரு வடிவமே. மேலும் திபெத்திய ஆன்மீகத்தில் உச்சக்கட்ட முக்கியத்துவம் கொடுக்க படும் பயிற்சி தும்மோ என்ற உடல் தீயை தூண்டும் பயிற்சியே ஏனெனில் பௌத்த மதம் துறவிகள் சார்ந்த மதம்.

சீக்கிய மதத்தில் உருவ வழிபாடு அன்றி ஓஃம் என்ற பிரணவமே ஏக் ஓம்கார் என கடவுளாக வழிபட்டு வருகிறது.

யசிதி மதத்தில் மயிலேறும் குமரன் முருகனை தவுசி மெலெக் என கூறி ஆறு தத்துவங்களை குறிப்பிடும் வகையில் அவரிடமிருந்து ஆறு ஏஞ்சல் உருவானதாக நம்ப படுகிறது.

இசுலாமிய மதத்தில் குரானின் தொடக்கமே பிசுமில்லா என்று வர இதன் பொருள் பெயர் அல்லது எழுத்தே ஆகும். ஆக இசக்கியே பிரதான தெய்வமாக காணும் இங்கு ஒவ்வொரு மசூதியிலும் நிம்பர் என்ற வளைவான அமைப்பு இதையே குறிக்கும்.

கிறுத்துவ மதத்தில் பிதா சுதன் பரிசுத்த ஆவி என கூறும் மூவித கோட்பாடின் மூலம் பைரவர் ஐயனார் மோகிணியாக இருக்கும் தியாக-

ராசரே ஆகும். மேலும் நானே கடவுள் போன்ற வேதாந்த கருத்துக்க-
ளும் விவிலியத்தில் உள்ளன.

யூத மதத்தின் கப்பாலா வழிமுறை குண்டலினி யோகத்தின் வடிவமே
என்று வெகு சுலபமாக காண புரியும்.

உருமாறி கருமாரி உறையாடும் ரூபம் என்பதுபோல் வட அமெரிக்க
ஆதிவாசிகள் ஆசுன்னட்லீ என்ற பெயரில் உருமாறும் அம்மனையே
பாட்டி வடிவமாக காண்கின்றனர்.

மாயன் கலாச்சாரத்தில் பறக்கும் பாம்பே முக்கிய தெய்வமாக காண
தமிழிலும் ஆதிசேசன் மேலுள்ள நாராயணனை மாயோன் என்கிறோம்.

அமேசான் இன்கா போன்ற தென்னமெரிக்க பண்பாடுகளில் கஞ்சா
போல் உள்ள அயாவஸ்கா என்ற போது பொருளே பிரதானம். இவை
மாவும் மக்களை கற்பனை நிலைக்கு அழைத்து செல்லும் கருவிகளாக
பயன்படுத்த படுகின்றன.

ஆங்கிலநாட்டின் கெல்ட் கலாச்சாரத்தில் கலைமகள் மலைமகள்
அலைமகள் என்ற முப்பெரும் தத்துவத்தை ஒட்டியே மூவடிவம்
கொண்ட பிரிகிட் என்ற பெண் தெய்வ வழிபாடு உள்ளது.

பண்டைய கிரேக்கிய மற்றும் உரோம மதங்களில் உள்ள பிரதான
கோட்பாடு க்னோதி சியூடோன் என வரும் அதாவது உன்னை நீ
அறிந்தால் நீ எல்லாவற்றையும் அறிவாய் என பொருள் ஏனெனில்
கனவு உலகம் உள்ளது நமக்கு உள்ளே தானே?

எகிப்தின் அடையாளமாக உள்ள பிரமிட் முழுமையாக தமிழ்
கோயில்களில் உள்ள அதே சிகர தத்துவத்தை குறிக்கிறது. இறந்தவர்-
களை பற்றியும் அவை பூத நிலை அடைவது பற்றியுமே அந்த மதத்தின்
பிரதான ஞானமாக அமைகிறது.

வேட்டையாடுவதை சுற்றி அமைந்துள்ள தென்னாப்பிரிக்க மதங்க-
ளிலும் போதை பொருள் இசை நடனம் போன்ற அமைப்புகள் குமரி
பண்பாட்டை ஒட்டியே காண முடிகிறது.

மேற்கு ஆப்பிரிக்காவில் நைஜீரியா கானா போன்ற கலாச்சாரங்களில்
பொம்மைகள் வைத்து செய்யும் மாயையை பயன்படுத்தி எதிரிகளை
தாக்கும் ஷூடு பழக்க வழக்கங்கள் உள்ளன.

இரஷ்யாவின் சைபீரிய மற்றும் மொங்கோலிய கலாச்சாரத்தில்
சமனீய பழக்கங்கள் யாவும் கற்பனை நிலையும் பூதங்களையும் அணுகும்
விதமே உள்ளன. மேருவை போல் இவர்களின் மதமும் பாமிர் மற்றும்

கான் தெங்கிரி போன்ற மலை உச்சிகளை சுற்றி அமைகின்றன.

அசெர்பாய்சான் மற்றும் பாரசீக மதங்கள் முழுமையாக தீ வழிபாட்-டையே சுற்றி அமைந்துள்ளன.

ஆர்மீனியா மற்றும் ஜார்ஜியா போன்ற காக்கேசிய நாடுகளில் காலம் அடிப்படையிலே மதம் அமைந்து அங்கு ஹஇபூ பறவை குறிக்கும் துசோலி என்ற தெய்வத்தின் திருவிழா சித்திரை மாதத்தில் கொண்டாட படுகிறது.

சீனத்தின் தாவு மதத்தில் மூவித தன்மையே செ‌ன் சி ஜிங் என கூறப்பட்டு மேலும் காமமே அனைத்தின் அடிப்படை என உணர்த்தும் விதத்தில் ஆண் பெண் தத்துவத்தை யின் யாங் என இணைபிரியாத இரட்டை தத்துவமாக கருதுகின்றனர்.

பிள்ளையார் சரசுவதி போன்ற பல குமரி தெய்வங்களை ஜப்பானிய மதத்தில் காண்பது மட்டுமல்லாமல் அவர்களின் காமி என்ற தத்துவம் முழுமையாக ஒவ்வொரு பொருளிற்கும் பின் உள்ள கற்பனை நிலை பூதத்தையே குறிக்கும்.

இந்திய கலாச்சாரத்தையே பெரும்பாலும் ஒட்டியிருக்கும் தாய்லாந்து கம்போடியா போன்ற நாடுகளில் மணிமேகலை போன்ற பழந்தமிழ் தெய்-வங்களின் வழிபாட்டை சிறப்பாக காண முடியும்.

திருவனந்தபுரத்தில் வேங்கடேச வடிவில் இருக்கும் வாலையை செம்-பழந்தி எனுறும் குமரிக்கண்ட சித்தர் மரபில் செம்பா என்றும் வழிபடுவது வழக்கம். இதையடுத்தே முன்பு குமரிக்கண்டத்துடன் இணைந்தமையால் இந்த செம்பா பகவதி என்ற தெய்வ வழிபாடு வியட்நாமில் உள்ளது மட்டுமல்லாது சம்பா என்ற பெயரில் ஒரு அரசே இயங்கி வந்துள்ளது.

இந்திய மற்றும் குமரிக்கண்டத்தை பெரிதாக பின்தொடரும் இந்தே-ானேசியாவில் வாசுகி போன்ற நாக வழிபாடே பிரதானம். புரா பேசாகி மற்றும் தானாலோத் போன்ற இடங்களே இதற்கு சான்று.

ஆஸ்திரேலிய மதம் முழுமையாக கற்பனை நிலை சார்ந்த மதம் என்பதில் துளியும் ஐயமில்லை. குண்டலினியை வானவில் பாம்பென்றும் உலகம் படைக்கப்பட்ட காலத்தை மாபெரும் கனவு காலம் என்றும் சிறப்பாக கூறும் கலாச்சாரம் அது.

மவோரி சமோவா இராபானுயி போன்ற பசிபிக் தீவு ஆதிவாசி கலாச்சாரங்கள் யாவும் ஐம்பூதங்களையே தெய்வங்களாக வணங்குகின்-றனர். யின் யாங் போலவே இங்கும் இரங்கி பாபா என ஆண் பெண்

இரட்டை தத்துவமே முதன்மை.

ஆக இந்த எடுத்துக்காட்டாக விளங்கும் துளிகளில் எவ்வாறு குமரி கற்பம் உலகெங்கும் பரவியிருக்கு என்பது புலப்படுகிறது. இதை தாண்டியும் எவ்வாறு உலகில் உள்ள எல்லா மொழிகளும் தமிழிலிருந்து பிறந்தது என்றும் ஒவ்வொரு மொழிக்கும் அதிலுள்ள வேர்ச்சொற்களிற்கும் தமிழிற்கும் உள்ள தொடர்பை பல்வேறு ஆராய்ச்சியாளர்கள் வெகு விமரிசையாக எழுதியுள்ளனர். இதை பற்றியும் எழுதி கொண்டே போகலாம் ஆனால் பயன் என்ன?

எப்போது குமரி கற்பமே உன்னத ஞானம் என்றும் தமிழே உன்னத பழமையான மொழியென்றும் குமரிக்கண்டமே மனித குலம் தோன்றிய இடமென்றும் குமரியே எல்லாம்வல்ல தெய்வம் என்றும் புரிந்துவிட்டதோ அதற்குப்பின் தாய்மதத்திற்கும் தாய்மொழியிற்கும் தாய்நாட்டிற்கும் தாய்-தெய்வத்திற்கும் திரும்புவதில் தயக்கம் ஏது?

30

குமரிக்கண்டம்

குமரி கற்பமே எல்லாம்வல்ல உன்னத ஞானமென்றால் குமரிக்கண்டம் மூழ்கியது ஏன்?

சிலப்பதிகாரம் போன்ற நூல்களில் குமரிக்கண்டத்திற்கு ஏழு பெரும் மாநாடுகள் இருப்பதாக தெரிகிறது. தற்போதைய தமிழகம் மடகாஸ்கர் மற்றும் ஆஸ்திரேலியாவை இணைக்கும் முக்கோண வடிவில் திகழ்ந்த குமரிக்கண்டம் மூழ்கிய பின் அதன் சில பகுதிகள் இன்று இந்திய பெருங்கடலில் தீவுகளாக உள்ளன. இவற்றை வைத்தே குமரி கண்டத்-தின் ஏழு பகுதிகளை அறிய இயலும்.

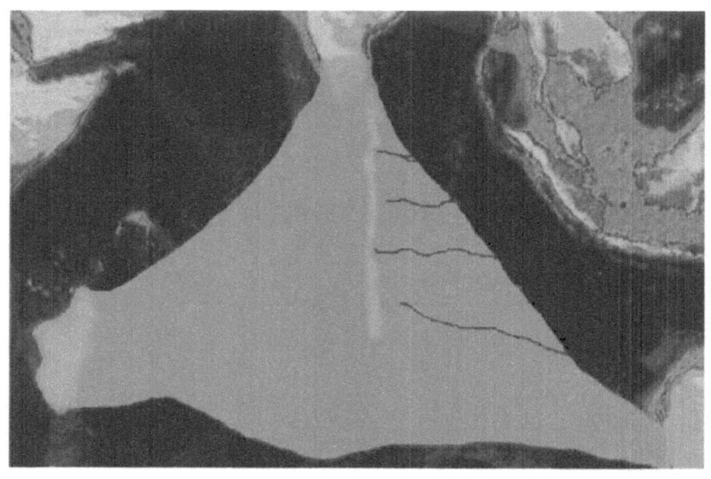

ஆப்பிரிக்காவிலிருந்து கிழக்கே செல்ல மடகாஸ்கர் தாண்டி குமரிக்-
கண்டத்தில் தென்மேற்கு வழியாக நுழைந்தால் முதலில் வருவதே முன்-
பாலை நாடு. இது தற்போதைய மோரீசியஸ் சீசல்ஸ் ஆகிய தீவுகளிற்கு
பொறுந்தும். இதை தாண்டி மேற்கு கரையொட்டி வடக்கே சென்றால்
பின்பாலை நாடு. இதுவே தற்போதைய சாகோஸ் தீவு இருக்கும் இடம்.
முன்பாலை பின்பாலை நாடுகள் பூமத்தியரேகையின் அறுகாமையில்
இருப்பதால் வெப்பத்தின் தாக்கத்தினால் விளைச்சல் குறைந்த பாலை-
வனமாகவே இருந்தது.

இன்னும் வடக்கே சென்றால் தற்போதைய மாலத்தீவு இலக்கத்தீவு
பகுதிகளே இன்றளவும் தேங்காய்களிற்கு பெயர் பெற்ற தேங்காய் நாடு.
இது தற்போதைய கேரளத்தின் கடற்கரை எல்லையுடன் முடியும்.
கிழக்கே சென்றால் நெல்லையறுகே உள்ள மகேந்திரகிரி மலையில்
தொடங்கி தற்போதைய மத்திய இலங்கை வரை உள்ள பகுதியே குன்று
நாடு. தென்னிலங்கை உள்ள பகுதியே தொன்மதுரை நாடு என்ற பெயர்
பெற்றது. அதிலும் கதிர்காமம் என்ற ஊரே தென்மதுரையாக இருந்தது.
அங்கு பச்சை மாமேனியுடன் திகழும் வள்ளியம்மையே தமிழர் குலத்-
தின் ஆதி மீனாட்சி அம்மன்.

ஆங்கிருந்து கிழக்கு கரையொட்டி தெற்கே சென்றால் குனக்கரை நாடு. இந்த இடத்தில் தற்போதைய கோகோஸ் கீலிங் தீவு உள்ளது. இதற்கும் முன்பாலை நாட்டிற்கும் தெற்கே விளங்கும் குமரிக்கண்டத்தின் பரந்த தென்னெல்லையாக விளங்கியது குறும்பனை நாடு. பூமத்திய-ரேகைக்கு தொலைவில் இருக்கும் இப்பகுதியில் தென்னாப்பாரிக்கா-வைப் போல் கடும் வேகமாக உள்ள காற்றால் பனமரங்களின் வளர்ச்சி குறைந்தே இருந்ததால் இந்த பெயர்.

அன்றும் இன்றும் என்றும் குமரிக்கண்டத்தின் தலைநகரம் இன்ற-ளவும் நாம் காணும் கன்னியாகுமரியே. முதல் தமிழ் சங்கம் நிகழ்ந்தது தென்மதுரையான கதிர்காமத்தில். இங்கு குமரி வள்ளியாக அருள்பா-லிக்கிறாள். இந்த நாட்டை கடல் கொண்டதற்கு பின் இரண்டாம் சங்கம் கவாடபுரத்தில் நடந்தது. இது தற்போதைய திருவனந்தபுரம். இதனால்-தான் இங்கு குமரி செம்பழந்தியில் உள்ளாள். இங்கும் கடல் கொண்ட பின் மூன்றாம் தமிழ் சங்கம் தற்போதைய மதுரையில் நிகழ குமரி இங்கு அங்கையர்கண்ணி மீனாட்சியாக நிற்கிறாள்.

இதற்கடுத்து உள்ள காலக்கட்டத்தில் தான் தொலைந்து போன குமரி கற்பத்தை மீட்டெடுக்கும் முயற்சியாக யோகத்தை உருவாக்கி அதை வைத்து வடமொழியை பிறப்பித்து பதினெட்டு தத்துவங்களை நினைவூட்-டவே புராணங்கள் என்ற பெயரில் கதைகள் எழுதப்பட்டன.

இன்றளவும் கன்னியாகுமரி மாவட்டத்தில் மூழ்கிய குமரிக்கண்டத்தை நினைவூட்டும் வகையில் குறும்பனை தேங்காப்பட்டினம் போன்ற பெயரில் கிராமங்கள் உள்ளன.

குமரிக்கண்டம் மூழ்கியதற்கு காரணம் என்ன? மனித குலத்தில் எப்-போது இந்த நான்கு தீங்கும் நுழைய தொடங்கியதோ அப்போது வாலை நடத்திய திருவிளையாடலே இது. நான்கு கால் கொண்ட அறம் என்ற தருமம் குலையும் வேளையில் பெருவெள்ளம் கொண்டு குமரியை மூழ்கி அயக்கிரீவர் என்ற குதிரை தத்துவம் கொண்டு குமரி கற்பத்தை தன்ன-கத்தே எடுத்து சென்றது வாலை. திரை என்பதே மறைப்பதும் வெளிப்-படுத்துவதும் குறிப்பிடும் தத்துவம். திரை என்ற சொல்லே குதிரை என்ற சொல்லை உருவாக்குகிறது.

ஞானத்தின் முழுமை மறைந்த உடனே தீங்கு உலகை பற்றி கொள்ள அவ்வப்போது தருமத்தை மீண்டும் நிலைநாட்ட அவதாரங்கள் எடுக்க நேர்ந்தது. இந்த அவதாரங்கள் யாவும் வடவேங்கடம் தென்குமரி என்ற

எல்லையிற்கு உட்பட்டு உள்ள தமிழகத்தில் நேர்ந்ததே.

குமரி வெள்ளத்திலிருந்து காப்பாற்ற மற்சாவதாரம் மனு வாழ்ந்த மது-ரையில் நடந்தது.

அமிழ்தெனும் தமிழை கடலென்னும் எண்ணங்களை கடைந்து மீட்-டெடுக்க கூர்ம அவதாயம். இந்த காலக்கட்டத்தில் கடல் நுரையால் செய்த பிள்ளையார் திருவலஞ்சுழியில் உள்ளது.

ஒழுங்கில்லா நிலத்தில் ஒழுங்கை அமைத்து மேருவை மையமாக்கிய வராக பன்றி அவதாரம்.

குமரி பகுதியின் இரணியசிங்கநல்லூர் என்னும் இரணியலில் இரணி-யகசிப்பு எனும் அரக்கனை அழித்தது நரசிம்ம அவதாரம்.

மூவுலகையும் அளந்து பலியின் அகந்தையை அடக்க வாமன அவதாரம் ஏர்ணாகுளம் கொச்சி பகுதியின் திருகாட்கரையில் நடந்தது.

திருவாரூரில் ஆசிரமம் கொண்டு பசுவை கடத்திய கார்த்தவீரியனை அழித்த பரசுராமர் கேரளத்தில் குமரநல்லூரில் தொடங்கி பல இடங்க-ளில் ஆலயம் அமைத்தார்.

தன் மனைவி சீதையை இலங்கையிற்கு கடத்திய இராவணனை இராமேசுவரம் வழியாக சென்று அழித்த இராமர் மேரு அறுகில் உள்ள கேத்தி என்ற சாகேதபுரி அயோத்தியில் பிறந்து வளர்ந்து ஆள சீதை-யின் இறுதி நாட்கள் வால்மீகி ஆசிரமம் என்ற சென்னை திருவான்மி-யூரிலும் நிகழ்ந்ததிற்கு சான்று கோயம்பேட்டில் உள்ள வைகுண்டவாசர் ஆலயம்.

பல அரக்கர்களை அழித்து கீதை போதித்து தருமத்தை பெரிதும் நிலைநாட்டிய கண்ணன் பிறந்து மதுரா என்ற தஞ்சையிலே. கோகுலம் என்ற ஆவூரில் வளர்ந்து விருந்தாவனம் என்ற சுந்தர பெருமாள் கோவிலில் வசித்து ஊத்துக்காட்டில் காளிங்க நடனமாடி பர்சானா என்ற சுவாமிமலையில் இருந்த சக்தி அவதாரமான இராதையை காதலித்து கோவர்த்தன மலை தூக்கி தாராசுரம் ஜராவதீச்சுரத்தில் இந்திரனால் போற்றப்பட்டு துவாரகை என்ற மன்னார்குடியில் ஆட்சி செய்தார். குரு-வம்ச அத்தினாபுரம் என்ற திருவானைக்காவலில் கௌரவர் பாண்ட-வர்களிடையே பிரச்சனை ஏற்பட ஆலப்புழா அறுகிலுள்ள பாம்புகள் அடர்ந்த காட்டிலிருந்து அவற்றை மன்னார்சாலையிற்கு குடிபெயர்த்து அந்த காட்டை எரித்து இந்திரபிரதம் என்ற கருமாடியில் ஒரு புது தலைநகரம் அமைத்து பின் குருக்கேத்திரம் என்ற கரூரில் மகாபாரத

யுத்தம் நிகழ்த்தினார்.

மேட்டூர் அருகே மலை மாதேச்சுரம் என கூறப்படும் மகதா மாநி-
லத்தில் பிறந்து வாழ்ந்து கயை எனும் திருவாளூர் கேக்கரையில் ஞான-
மடைந்து பைரவபூமி காசி என்ற சீர்காழியில் கற்பித்து வாழ்ந்த அவதா-
ரமே கௌதம புத்தர்.

31
கற்கி

இந்த ஒன்பது அவதாரங்களும் முடிந்த நிலையில் குமரி கற்பத்தை தன்-
னகத்தே கொண்ட குதிரை அயக்கிரீவர் மீணடும் கல்கி என்னும் கற்-
கியாக தோன்றுகிறார். கற்பனையின் இரகசியத்தை மீண்டும் உலகிற்கு
வழங்குவதாலே கற்கி என்ற பெயர் கொண்ட யாம் இந்த நூலை
உலகிற்கு வழங்குகிறோம். இதை பெற்று இதன் அடிப்படையில் நான்கு
தீங்கையும் தவிர்த்து வாலையின் காதலுடன் வாழ்ந்தால் உலகில் இனி
அதருமத்திற்கும் அவதாரத்திற்கும் அவசியமே இல்லை. அன்றும் இன்-
றும் என்றும் குமரி கற்பம் ஞானத்திற்கும் ஆற்றலிற்கும் தலைநகரமாக
விளங்குவது அகரம் என்ற சுவாமிலையே. இங்கு வசிக்கும் எம்மை
தொடர்பு கொள்ள அணுகவும் +91-7339659550,
S.venky30@gmail.com, meyyugam@gmail.com.

தமிழ் வாழ்க! தமிழ்த்தாய் வாழ்க! வாழ்க வளமுடன்! வாழ்க வைய-கம்! வாலைக் குமரி வாழ்க!

www.ingramcontent.com/pod-product-compliance
Lightning Source LLC
Chambersburg PA
CBHW031324130726
47988CB00007B/2966